അങ്ങേ കൊമ്പിലെ കിളികൾ

(മൊഴിമാറ്റകവിതകൾ)

The poet is a liar
who always speaks the truth

- Jean Cocteau

മൊഴിമാറ്റം
ഡോ പി കെ ജനാർദ്ദന കുറുപ്പ്

VAYANAPPURA

Ange Kombile Kilikal
(Malayalam Poems)
by **Dr. P K Janardhana Kurup**

Vayanappura Publications, Ernakulam
First published : December 2021
Typesetting & layout: Sreeja A J
Cover Design : C V Harindran
Published by: Vayanappura Publications
Anathanam Studios, Old Railway Station
Cross Road, Ernakulam
Pin - 682018
Mob: 9074188300
e-mail: vayanappuraeditorial@gmail.com

ISBN: 9789390999798
Printed by: Oracle
Price: 90 /-

ഡോ പി കെ ജനാർദ്ദന കുറുപ്പ്

റിട്ട. കോളേജ് അദ്ധ്യാപകൻ. ദീർഘകാലം മഹാരാഷ്ട്രയിൽ കോളേജ് അദ്ധ്യാപകൻ, ഇംഗ്ലീഷ് വകുപ്പു മേധാവി, ബോർഡ് ഓഫ് സ്റ്റഡീസ് ചെയർമാൻ തുടങ്ങിയ നിലകളിൽ പ്രവർത്തിച്ചു.

രചനകൾ

പാവം മനസ്സ് (കഥകൾ)

ചിറകനക്കങ്ങൾ (കവിതാസമാഹാരം)

ചില സത്യാനന്തരകാല വിചാരങ്ങൾ, താക്കോൽ പഴുതും നമ്മളും, പപ്പടം പൊടിഞ്ഞിട്ടില്ല (ലേഖന സമാഹാരങ്ങൾ), താങ്ക്യു മിസ്റ്റർ ഗ്ലാഡ് (മറാഠിയിൽ നിന്നുള്ള വിവർത്തന നാടകം), Contemporary Indian Poetry in English (സാഹിത്യ വിമർശനം), Prodigal Son (തോപ്പിൽ ഭാസിയുടെ "മുടിയനായ പുത്രൻ" എന്ന നാടകത്തിന്റെ ഇംഗ്ലീഷ് വിവർത്തനം), സ്നേഹ വീചികൾ (ഗാനങ്ങളുടെ ആൽബം), ചിറകടികൾ (കവിതക ളുടെ ആൽബം)

ലളിതാംബിക അന്തർജനത്തിന്റെ അഗ്നിസാക്ഷി എന്ന പ്രക സ്ത നോവലിനെ ആധാരമാക്കി തിരക്കഥ - സംഭാഷ ണവും ഗാനവും രചിച്ചു നിർമ്മിച്ച "അഗ്നിസാക്ഷി" എന്ന ദൂരദർശൻ സംപ്രേഷണം ചെയ്ത റ്റി.വി. പരമ്പര 2005 ലെ ഏറ്റവും മികച്ച സീരിയലിനുള്ള സംസ്ഥാന അവാർഡിന് അർഹമായി.

ഭാര്യ : ചന്ദ്രിക കുറുപ്പ്

മകൾ : ഡോ: സോണിയ സുരേഷ്

മരുമകൻ : ഡോ: സുരേഷ് എസ്.

കൊച്ചുമക്കൾ : അമൃത, ആദിത്യ

ഡോ: പി. കെ. ജനാർദ്ദനക്കുറുപ്പ്
പമ്പൂത്തറയിൽ വീട്
ഓലകെട്ടിയമ്പലം പി.ഒ., മാവേലിക്കര - 690 510
ആലപ്പുഴ ജില്ല, ഫോൺ: 9447564632
pkjpamputhara44@gmail.com

ആമുഖം

എന്റെ രണ്ടാം കാവ്യസമാഹാരം. ആദ്യത്തേതിന്റെ തൊട്ടു പിന്നാലെയാണ് ഇതിന്റെ വരവ്. അതുകൊണ്ടുതന്നെ കവിത എന്ന ലേബലിലുള്ള എന്റെ രചനകളെ അവയുടെ അനുവാചകർ എങ്ങനെ വിലയിരുത്തുന്നു എന്നതിനെ കുറിച്ച് എനിക്ക് ഒരു ധാരണയുമില്ല.

കാവ്യസംബന്ധിയായ വിവിധ ഘടകങ്ങളുടെ സവിശേഷത കൊണ്ട് ശ്രദ്ധേയരായ അതത് ഭാഷകളിലെ പ്രമുഖരായ ഏതാനും കവികളുടെ രചനകളെ മൊഴിമാറ്റം ചെയ്ത് മലയാളത്തിലൂടെ പരിചയപ്പെടുത്തുകയാണ് ഈ ചെറുകൃതിയുടെ ദൗത്യം. കവികളിൽ ഇതര ഭാഷകളിൽ രചന നടത്തുന്ന ഇൻഡ്യൻ കവികളും വിദേശികളുമുണ്ട്. വിഷയസ്വീകരണത്തിലും കാവ്യനിലപാടിലും (Poetic Posture) ഒരു പക്ഷെ ചില വിദൂര സാമ്യങ്ങൾ കണ്ടെത്താൻ കഴിഞ്ഞേക്കാമെങ്കിലും സൂക്ഷ്മ പരിശോധനയിൽ അവർക്കിടയിൽ സമാനതയെ പോലെ തന്നെ വ്യത്യസ്ഥതകളുമുണ്ടെന്നു കണ്ടെത്താം എന്നാണ് തോന്നുന്നത്. എങ്കിലും കവിതാ രചനയെ ആത്മാവിഷ്ക്കാരം, ആത്മസംതൃപ്തിക്കായി നിർവഹിക്കപ്പെടുന്ന പ്രക്രിയ എന്നതിനപ്പുറം തങ്ങൾ ജീവിക്കുന്ന കാലവും അതിലെ പരിതോവസ്ഥയെ സംബന്ധിച്ച യാഥാർത്ഥ്യങ്ങളും അവർക്ക് ഏല്പിച്ചു കൊടുത്ത ദൗത്യമാണത് എന്ന ബോധ്യത്തോടെ സമീപിക്കുന്നവരാണ് ഇതിലെ മിക്ക കവികളും എന്നതിൽ തീരെ അതിശയോക്തിയില്ല എന്നാണ് എന്റെ പക്ഷം. കവിത അത്തരക്കാർക്ക് വൈയക്തികാനുഭൂതിയുടെ ആലേഖനമല്ല. പോരാട്ടത്തിന്റെ ആയുധമാണ്. ആ ആയുധം സമയോചിതമായി ചടുലതയോടെ ഉപയോഗിക്കുന്നതിലെ തിടുക്കവും ജാഗ്രതയും അവരുടെ രചനകളിൽ നിന്നു കണ്ടെടുക്കാം എന്നു തോന്നുന്നു. പ്രത്യേകിച്ച് ആഫ്രിക്കൻ അമേരിക്കൻ ബ്ലാക്ക് പൊയട്രിയുടെ മുഖ്യവക്താവായ മായാ എയ്ഞ്ചലോ, മറാഠി ദളിത് കവികളായ വാമൻ നിംബാൾക്കർ, ജ്യോതി ലാഞ്ജേവാർ എന്നിവരുടെ കവിതകളിൽ. അവരുടെ രചനകളിലെ മോചന ദാഹത്തിന്റെ പാരവശ്യം നിരന്തരം അടയാള പ്പെടുത്തുന്നത് ഇതാണ് എന്നാണ് ഞാൻ മനസ്സിലാ

ക്കുന്നത്. മറ്റൊരളവിൽ പാക്കിസ്ഥാൻ കവികളായ ഫെയ്സ് അഹമ്മദ് ഫെയ്സും കിഷ്വർ നാഹീദും തങ്ങളുടെതായ വ്യത്യസ്ഥതകളോടെയാണെങ്കിലും ഇവർക്കൊപ്പം തന്നെ. നിസീം എസെക്കിയേലിനേയും, അരുൺ കോലാട്ക്കറെയും പക്ഷെ ഇവർക്കൊപ്പമല്ല വിലയിരുത്തേണ്ടത്. സ്വാതന്ത്ര്യാനന്തര ഇൻഡ്യൻ ഇംഗ്ലീഷിലെ ആധുനികതയുടെയും ഉത്തരാധുനികതയുടെയും പ്രതിനിധാനങ്ങളും വക്താക്കളുമാണവർ. ഈ കാവ്യസമാഹാര ത്തിലും അവർ വഹി ക്കുന്ന റോൾ അതു തന്നെ.

ഈ കവികളെ മൊഴിമാറ്റം ചെയ്തതിനെ കുറിച്ച് അവകാശവാദങ്ങൾ ഒന്നുമില്ല. നിത്യ ജീവിതത്തിലൂടെയും മാദ്ധ്യമങ്ങൾ വഴിയും നമുക്കു പരിചയപ്പെടാൻ കഴിഞ്ഞിട്ടുള്ള സമസ്യകളെയാണ് ഈ കവിതകൾ ഏറെയും അഭിസംബോധന ചെയ്യുന്നത്. അതുകൊണ്ടു തന്നെ അവ നിത്യോപയോഗ മൊഴികളിലൂടെ തന്നെ മലയാളത്തിലും അവതരിപ്പിക്കണം എന്ന കരുതൽ ഞാൻ എടുത്തിട്ടുണ്ട്. അത് ലക്ഷ്യം കണ്ടോ? മാന്യ ആസ്വാദകർ വിലയിരുത്തട്ടെ. പല കാരണങ്ങൾ കൊണ്ട് എനിക്കു പ്രിയരായി തോന്നിയിട്ടുള്ള കവികളിൽ ചിലരെയാണ് ഈ ചെറുകൃതിയിലൂടെ പരിചയപ്പെടുത്താൻ ശ്രമിച്ചിട്ടുള്ളത്. ഞാൻ നടത്തിയ മൊഴിമാറ്റത്തിലൂടെ എന്റെ വായനക്കാർക്കും അവർ പ്രിയകവികളാകണം എന്ന എന്റെ അജണ്ട മറച്ചു വയ്ക്കുന്നില്ല. അങ്ങനെ നടന്നെങ്കിൽ!

മൂല കൃതി ഗദ്യരൂപത്തിൽ ആയവ മൊഴിമാറ്റ രൂപത്തിലും ഗദ്യ കവിതകൾ തന്നെ. മൂല കൃതി വൃത്തബദ്ധമായവയെ മലയാളത്തിന് ഇണങ്ങുന്ന ഒരു വൃത്തം ധരിപ്പിച്ച് അവതരിപ്പിക്കാനാണ് ശ്രമിച്ചിട്ടുള്ളത്. അദ്ധ്യാപനത്തിലൂടെയും മറ്റുമായി ചിരകാല ബന്ധമുള്ളവയാണ് അവയിൽ പലതും. ചില ഈണത്തിലും താളത്തിലുമൊക്കെയാണ് അവ മനസ്സിൽ കയറിയത്. അതുകൊണ്ടുതന്നെ മൊഴിമാറ്റം ചെയ്തപ്പോഴും അവയ്ക്ക് ഈണത്തിന്റെയും താളത്തിന്റെയും അകമ്പടി ഉണ്ടായത് സ്വാഭാവികം.

"ചിറകനക്കങ്ങൾ" എന്ന എന്റെ ആദ്യ കാവ്യ സമാഹാ രത്തിൽ എന്റെ തുണക്കാരായിരുന്നവരോടു തന്നെയാണ് ഈ രണ്ടാം രചന ഈ വിധം പുറത്തിറക്കാൻ കഴിഞ്ഞതിനും നന്ദി പറയേണ്ടത്. വായനപ്പുര എന്ന ഇതിന്റെ പ്രസാധകർ, ടൈപ്പിങ് ജോലികൾ ഭംഗിയായി നിർവഹിച്ച രാജി പ്രമോദ്, ഒപ്പം എന്റെ സാഹിത്യ യാത്രകളിലെല്ലാം സഹസഞ്ചാരിണിയായ സഹധർമ്മിണി ചന്ദ്രിക കുറുപ്പും. ഇവർക്കെല്ലാം നന്ദി.

പ്രസാധകക്കുറിപ്പ്

ഉള്ളടക്കം

ഫെയ്സ് അഹമ്മദ് ഫെയ്സ്

ഫെയ്സ് അഹമ്മദ് ഫെയ്സ് (1911-1984) ജനനം ബ്രിട്ടീഷ് ഇൻഡ്യയിലെ പഞ്ചാബിൽ. ഉർദുവിലും പഞ്ചാബിയിലുമായി നടത്തിയ രചനകളിലൂടെ ഫെയ്സ് അഹമ്മദ് ഫെയ്സ് പാക്കിസ്ഥാൻ സാഹിത്യത്തിലെ ഏറ്റവും ഉന്നതനും ആരാധ്യനുമായി. ബ്രിട്ടീഷ് ഇൻഡ്യൻ ആർമിയിൽ ഓഫീസർ, ദി പാക്കിസ്ഥാൻ ടൈംസ് എന്ന പത്രത്തിന്റെ എഡിറ്റർ, ജയിൽവാസം അനുഭവിച്ച, മാർക്സിസത്തോട് തികഞ്ഞ പ്രതിബദ്ധത പുലർത്തിയ കമ്മ്യൂണിസ്റ്റ്, യവ്ഗനി യെവ്തൂഷങ്കോ എന്ന സോവിയറ്റ് കവിയുടെ പ്രിയ സുഹൃത്ത്, രാജ്യത്തിന്റെ ഏറ്റവും ഉന്നത ബഹുമതിയായ നിഷാൻ-എ-ഇംതിയാസ് നല്കി ആദരിക്കാൻ പാക്കിസ്ഥാൻ സർക്കാർ തീരുമാനിച്ച മഹാകവി അങ്ങനെ അദ്ദേഹ

ത്തിന്റെ ബഹുമുഖ വ്യക്തിത്വത്തിന്റെ അടയാളങ്ങൾ നിരവധി യാണ്. അവിസ്മരണീയങ്ങളായ അനവധി കവിതകൾക്കു പുറമെ നാടകം, നാടകാവതരണം, സംഗീതം തുടങ്ങിയ മേഖലകളിലും ഫെയ്സ് അഹമ്മദ് ഫെയ്സ് ചിരകാല സ്ഥായിയായ സംഭാവനകൾ നടത്തിയിട്ടുണ്ട് .

സിയാ ഉൾ ഹക് എന്ന പട്ടാള ഭരണാധികാരിയുടെ ഏകാധിപത്യഭരണ കാലത്ത് പൗരസ്വാതന്ത്ര്യ നിഷേധങ്ങൾക്കെതിരെയുള്ള ഒരു വിപ്ലവ ഗാനമായി രചിക്കപ്പെട്ട ഹം ദേഖേംഗെ (നമുക്ക് കാണാം) എന്ന അദ്ദേഹത്തിന്റെ കവിത പാക്കിസ്ഥാനിൽ നിരോധിക്കപ്പെട്ടിരുന്നു എങ്കിലും 1986ൽ പ്രശസ്ത പാക്കിസ്ഥാനി ഗായിക ഇക്ബാൽ ബാനൊ പാടിയതോടെ അത് ജനപ്രിയ സ്വാതന്ത്ര്യ ഗീതമായി.

പൗരത്വ ഭേദഗതി ബില്ലിനെതിരെ ഡൽഹിയിൽ നടന്ന സമരങ്ങൾക്കിടെ ഡൽഹി ഐ ഐ റ്റി വിദ്യാർത്ഥികൾ 2019 ഡിസംബർ 17ന് ഇത് സമരഗാനമായി പാടിയത് വിവാദവിഷയമായിരുന്നു.

അടഞ്ഞ കേസ്സ്

ഇല്ല, എവിടെയും ചോര ചൊരിഞ്ഞതിന്റെ
ഒരടയാളവും എനിക്കു കണ്ടെത്താനായില്ല

കൊലയാളിയുടെ കയ്യിലില്ല,
അയാളുടെ ഉടുപ്പിലില്ല
കഠാരയുടെ ഒരു ചെഞ്ചുണ്ടും കണ്ടില്ല
മണ്ണിലെങ്ങും ഒരടയാളവുമില്ല
ഭിത്തിയിൽ ചോരക്കറയുമില്ല

എങ്ങും ഒരിടത്തും ചോര
അതിന്റെ ഇരുണ്ട മുഖം കാണിച്ചില്ല

പെരുമയാർന്ന ചോരയുടെ
ചൊരിയലായിരുന്നില്ലല്ലോ അത്
അനുഷ്ഠാന ബലിയും
അല്ലായിരുന്നു
അതു ചൊരിഞ്ഞത്
പോർക്കളങ്ങളിലൊന്നിലും
ആയിരുന്നില്ല
അതിനായി രക്തസാക്ഷിത്വത്തിന്റെ
കൊടിക്കൂറയും ഉയർന്നില്ല

ഒച്ചയിൽ മുഴങ്ങിയ
ആർത്തനാദത്തിന്റെ പിന്നണിയോടെ
അനാഥരക്തം ഒഴുകിക്കൊണ്ടിരുന്നു

അതു കേൾക്കാൻ
ആർക്കും സമയമില്ലായിരുന്നു

സാക്ഷിയില്ല
മൊഴിയില്ല
വാദമില്ല
അടഞ്ഞ ഒരു കേസ്സ്
അധസ്ഥിതന്റെ ചോര
ശബ്ദമില്ലാതെ
പൊടിമണ്ണിലേക്ക്
ഒഴുകിക്കൊണ്ടിരുന്നു

●

നമുക്ക് കാണാം

ഉറപ്പ്
നമുക്ക് കാണാം ആ ദിവസം
നമ്മോട് വാഗ്ദാനം ചെയ്ത ആ ദിവസം
കാലത്തിന്റെ ഭിത്തിയിൽ
ആ വിധി കുറിച്ചിട്ടിട്ടുണ്ട്
കാണും നമ്മൾ അങ്ങനെ ഒരു ദിവസം

പീഡനങ്ങളുടെ, സ്വേഛാധിപത്യത്തിന്റെ കുന്നുകൾ
പഞ്ഞിത്തുണ്ടു പോലെ
പറന്നു പോകുന്ന ദിവസം

ഭൂമിയുടെ നെഞ്ചിടിപ്പുകൾ
നമ്മുടെ ഒടിഞ്ഞ കാലുകൾക്കു കീഴെ
മിടിക്കുന്ന ദിവസം

ഇടിമിന്നൽ അലറിച്ചിരിച്ചെത്തി
നമ്മുടെ പീഡകരുടെ
തല തെറിപ്പിക്കുന്ന ദിവസം
സർവ്വ ശക്തന്റെ ഇരിപ്പിടത്തിൽ നിന്ന്
എല്ലാ പീഠങ്ങളും
ചിതറി തെറിപ്പിക്കുന്ന ദിവസം

അന്ന്, ആ ദിവസം
നമ്മൾ
ഉള്ളതെല്ലാം നഷ്ടപ്പെട്ട നമ്മൾ

വിശ്വാസം നഷ്ടപ്പെടുത്താത്ത നമ്മൾ
വേർപെടുത്താനാവാത്ത
നമ്മുടെ പൈതൃകത്തിലേക്ക്
സ്ഥാനാരോഹണം ചെയ്യും

എല്ലാ കിരീടങ്ങളും തെറിക്കുമപ്പോൾ
എല്ലാ സിംഹാസനങ്ങളും താഴെ വീഴും

അവന്റെ പേര് മാത്രം നിലനില്കും
കാണപ്പെടാത്തവന്റെ,
സർവവ്യാപിയുടെ
കാഴ്ചയും കാഴ്ചക്കാരനും ആയവന്റെ

അപ്പോൾ ആ കാഹളം മുഴങ്ങും
ഞാനാണ് സത്യം എന്ന കാഹളം

അപ്പോൾ ഭരിക്കുന്നവർ അവരായിരിക്കും
അവർ, അവന്റെ സൃഷ്ടികൾ
ഞാൻ
നിങ്ങൾ ...!

●

രണ്ട് ഷായറികൾ

പറയൂ

പറയൂ സ്വതന്ത്രമല്ലേ നിന്നധരങ്ങൾ
പറയൂ നിൻ നാവും സ്വതന്ത്രം
പറയൂ ശരീരമതും സ്വതന്ത്രം ഇനി
പറയൂ ഈ ജീവിതം നിന്റെ സ്വന്തം

നോക്കൂ ആ കൊല്ലന്റെ ആലയിൽ തീജ്വാല
അവയുടെ ആളൽ അതെത്ര വന്യം
ജ്വാല ആളുന്നതിനൊപ്പം ഇരുമ്പിന്റെ
മേനി അതും ചുവക്കുന്നു
പൂട്ടുകൾ അവയുടെ വായ തുറക്കുന്നു
തുടലുകൾ പൊട്ടുന്നു വേർപെടുന്നു

●

നീ വരുന്നതിൻ മുമ്പ്

നീ വരുന്നതിൻ മുമ്പ് ഇവയെല്ലാം
ഇവ എന്താണോ
അതു മാത്രമായിരുന്നു
റോഡ് റോഡ് മാത്രം
ചക്രവാളം ദൃശ്യപരിധി നിർണയിക്കുന്ന
ചക്രവാളം മാത്രം
ഒരു ഗ്ലാസ് വീഞ്ഞ്
ഒരു ഗ്ലാസ് വീഞ്ഞു മാത്രവും

നിന്റെ വരവോടെ എല്ലാം മാറി
ലോകത്തിന്റെ വർണ്ണ രാജി
എന്റെ ഹൃദയത്തിൽ നിന്ന്
പ്രസരിക്കാൻ തുടങ്ങി

പ്രത്യാശ വറ്റുമ്പോൾ
എന്റെ നേർക്കു നീ കണ്ണു തുറക്കുന്നു
എന്റെ മനസ്സിനു നിറം പകരുന്ന
നിന്റെ കണ്ണുകൾ അപ്പോൾ
സ്വർണക്കണ്ണുകൾ

നിന്റെ വരവോടെ
റോസാപ്പൂക്കളിൽ നിന്ന് തീ ആളി
വാടിക്കരിഞ്ഞ ഇലകളെ
ഉണർത്തുന്ന മാന്ത്രികയാണ് നീ

കൈ മുദ്രകൾ കൊണ്ട്
പൊടിയെ കരിയാക്കുന്നവൾ
രാത്രിക്കു നിറം പൂശി കറുപ്പിക്കുന്നവൾ

ആകാശം പോലെ, റോഡ് പോലെ,
വീഞ്ഞു പോലെ
കണ്ണീരിൽ കുതിർന്ന എന്റെ ഉടുപ്പ്
വേദനിപ്പിക്കുന്ന എന്റെ ഞരമ്പ്
പിന്നൊന്ന് ഒരിക്കലും ഒരുപോലെ
രൂപം പ്രതിഫലിക്കാത്ത എന്റെ കണ്ണാടി

ഇപ്പോൾ നീ വന്നല്ലോ
ഇനി എന്നോടൊപ്പം കഴിയൂ
ഇനിയെല്ലാം നേരെയാകും
റോഡ് റോഡ് ആകും
ആകാശം ആകാശം മാത്രം
ഗ്ലാസും വീഞ്ഞും
എന്തായിരിക്കണമോ അതു മാത്രവും.

●

ഷായറി : ഒരു ചിത്രമോ, ആശയമോ, അനുഭൂതിയോ എതാനും വരികളിൽ ഹൃദയസ്പർശിയായി അവതരിപ്പിക്കുന്ന ഉർദുവിലെ കാവ്യശാഖ. വായനയെക്കാൾ മുശായ്റ (കവിയരങ്ങ്) വേദികളിലാണ് ഇവ ആസ്വദിക്കപ്പെടാറുള്ളത്. രചനാശൈലിയിൽ ഷായറിക്ക് മലയാളത്തിലെ മുക്തകവുമായി സാമ്യമുണ്ട്.

കിഷ്വർ നാഹീദ്

കിഷ്വർ നാഹീദ് (1940)ജനിച്ചത് ഇൻഡ്യയിൽ ബുലന്ദർ ശഹറിൽ ആയിരുന്നെങ്കിലും, ഇൻഡ്യാ പാക്കിസ്ഥാൻ വിഭജന ത്തെ തുടർന്ന് പാക്കിസ്ഥാനിൽ ലാഹോറിലേക്കു കുടിയേറി. വിഭജന കാലത്ത് നടന്ന ബലാത്സംഗം ഉൾപ്പെടെയുള്ള അക്രമ ങ്ങൾക്ക് സാക്ഷ്യം വഹിച്ചിട്ടുണ്ട്. പലരോടും പട പൊരുതി യാണ് വിദ്യാഭ്യാസം നേടിയത്. സ്വയം ഏറ്റെടുത്ത ദൗത്യങ്ങ ളായ സ്ത്രീസ്വാതന്ത്ര്യത്തിനായുള്ള നിരന്തര പോരാട്ടങ്ങളും, പുരുഷാധിപത്യത്തിനെതിരെയുള്ള ചെറുത്തുനിൽപ്പും തന്നെ യാണ് കിഷ്വർ നാഹീദിന്റെ കവിതകളിലെയും മുഖ്യവിഷയം.

പന്ത്രണ്ട് കാവ്യസമാഹാരങ്ങളും, യുനെസ്കോ അവാർ ഡിന് അർഹയാക്കിയ എട്ട് ബാലസാഹിത്യ കൃതികളും ഉൾപ്പെ ടുന്ന കിഷ്വർ നാഹീദിന്റെ സാഹിത്യ സംഭാവനകൾ ഏറെ വിപു ലമാണ്.

ആ പെണ്ണല്ല ഞാൻ

അല്ല, ആ പെണ്ണല്ല ഞാൻ
നിങ്ങൾക്ക് സോക്സും ഷൂസും
വില്ക്കാനിറങ്ങിയവൾ

എന്നെ ഓർമ്മയില്ലേ?
നിങ്ങൾ മന്ദമാരുതനെ പോലെ
സ്വൈരവിഹാരം നടത്തിയപ്പോൾ
കൽഭിത്തി പണിഞ്ഞ്
അതിൽ നിങ്ങൾ ഒളിവിലിട്ടവളെ?
അന്നു നിങ്ങളറിഞ്ഞില്ല
കല്ലുകൾക്ക് ശ്വാസം
മുട്ടിക്കാനാവാത്ത
ശബ്ദമാണ് ഞാനെന്ന്

ഞാനാണവൾ
മാമൂലുകളുടേയും
ആചാരങ്ങളുടേയും
ഭാരം കയറ്റി നിങ്ങൾ
ഞെരിച്ചമർത്തിയവൾ
നിങ്ങളറിഞ്ഞില്ല
ഇരുട്ടിനു മറയ്ക്കാനാകാത്ത
വെളിച്ചമാണ് ഞാനെന്ന്

എന്നെ ഒർമ്മയില്ലേ?
ഈ കൊമ്പിൽ നിന്നാണ്
പൂക്കളത്രയും നിങ്ങൾ
ഇറുത്തെടുത്തത്
എന്നിട്ട് നിങ്ങൾ അവിടെ
മുള്ളുകളും കനൽക്കട്ടകളും
കെട്ടിത്തൂക്കി
നിങ്ങളറിഞ്ഞില്ല
ചങ്ങലകൾക്കു തളച്ചിടാനാകാത്ത
സുഗന്ധമാണ് ഞാനെന്ന്

ഞാനാണവൾ
എന്റെ ചാരിത്ര്യം തന്നെ
വിലയാക്കിയാണ്
എന്നെ നിങ്ങൾ വാങ്ങിയതും വിറ്റതും
നിങ്ങളറിഞ്ഞില്ല
മുങ്ങാൻ തുടങ്ങുമ്പോൾ
വെള്ളത്തിനു മുകളിലൂടെ നടക്കാനും
പഠിച്ചവളാണ് ഞാനെന്ന്

ഞാനാണവൾ
കല്ല്യാണം കഴിപ്പിച്ച് വിട്ട്
നിങ്ങൾ ഭാരമിറക്കിയവൾ
നിങ്ങളറിഞ്ഞില്ല
തടങ്കലിലിട്ട മനസ്സുകൾ ചേർന്നാൽ
ഒരു സ്വതന്ത്ര റിപ്പബ്ലിക് ആവില്ലെന്ന്

ഞാനാണവൾ
നിങ്ങളുടെ വ്യവഹാരത്തിലെ ചരക്ക്
എന്റെ ചാരിത്ര്യം, എന്റെ മാതൃത്വം,
എന്റെ വിശ്വസ്ഥത, അനുസരണ

എല്ലാം ചരക്കാക്കി നിങ്ങൾ
കച്ചവടം ചെയ്തു

ഇപ്പോൾ ഇതാ എനിക്കുള്ള
സമയമായി
അതെ, എനിക്കെന്നെ
മോചിപ്പിക്കാൻ,
ഒന്നു പുഷ്പിച്ചു നോക്കാൻ

ആ പോസ്റ്ററിലെ പെണ്ണോ?
പാതി ഉടുപ്പണിഞ്ഞവൾ?
സോക്സും ഷൂസും വില്ക്കാനിറങ്ങിയവൾ?
അല്ല, ആ പെണ്ണല്ല ഞാൻ

●

പാപികൾ

ഞങ്ങൾ
സ്ത്രീകളിലെ പാപികൾ
നീളമേറിയ ഗൗൺ ധരിക്കുന്നവരുടെ മേന്മയെ
ഭക്ത്യാദരവോടെ കാണാത്തവർ
സ്വന്തം ജീവിതത്തെ
വില്ക്കാൻ തയാറാവാത്തവർ
തല കുനിക്കാത്തവർ
കൈകൂപ്പാത്തവർ
സ്ത്രീകളിലെ പാപികളായ ഞങ്ങൾ

മറ്റുള്ളവർ ശരീരത്തിന്റെ
വിളവ് വിറ്റു മിടുക്കു കാട്ടുമ്പോൾ
വിശിഷ്ടത ചമയുമ്പോൾ
ഭൗതികജീവിതത്തിലെ
നീതിമതികളായ രാജകുമാരിമാരായി
പ്രകടനം നടത്തുമ്പോൾ
ഞങ്ങൾ പാപികൾ മാത്രം
വെളിയിൽ വന്ന്
കള്ളങ്ങളുടെ കോട്ടകൾക്കെതിരെ
സത്യത്തിന്റെ കൊടി ഉയർത്തി
തെരുവിലിറങ്ങുന്നു
സത്യം വിളിച്ചു പറയാൻ കഴിയുന്ന നാവുകൾ
അരിയപ്പെട്ടിരിക്കുന്നു എന്ന സത്യം
ഞങ്ങൾ പാപികൾ കണ്ടറിയുന്നു

ഇപ്പോൾ രാത്രി പിൻതുടർന്നാലും
ആ കണ്ണുകൾ കെടുകയില്ല
എന്തെന്നാൽ ഇപ്പോൾ
ഉയർത്തപ്പെട്ട ഭിത്തി
വീണ്ടും ഉയർത്താനായുള്ള സമ്മർദ്ദങ്ങളില്ല

നീണ്ട ഗൗൺ ധരിക്കുന്നവരുടെ
മഹത്വത്തെ ഭക്ത്യാദരവോടെ കാണാൻ
തയാറാവാത്ത ഞങ്ങൾ
പാപിസ്ത്രീകൾ
ശരീരം വില്ക്കാത്തവർ
തല കുമ്പിടാത്തവർ
കൈകൾ കൂപ്പാത്തവർ

●

ഒരു മെഴുകുതുണ്ട്

എന്റെകല്ല്യാണത്തിനു മുമ്പ്
അമ്മ
പേക്കിനാവുകൾ കാണുമായിരുന്നു
അമ്മയുടെ പേടിച്ചരണ്ട അലർച്ച കേട്ട്
ഞാൻ ഞെട്ടിപ്പോകും
ഞാൻ അമ്മയെ വിളിച്ചുണർത്തി ചോദിക്കും
എന്തു പറ്റി?
അവൾ കണ്ണു മിഴിച്ച് എന്നെ നോക്കും
കണ്ട സ്വപ്നം ഓർമ്മിച്ചെടുക്കാൻ
കഴിയാറില്ല
ഒരിക്കൽ ഒരു പേക്കിനാവു കണ്ട്
അവൾ ഉണർന്നു
എങ്കിലും കരഞ്ഞില്ല
പേടിച്ച് മിണ്ടാതെ
എന്നെ ഇറുക്കിപിടിച്ചു
ഞാൻ ചോദിച്ചു
എന്തു പറ്റി?
അപ്പോൾ
കണ്ണുതുറന്ന് ദൈവത്തിനു നന്ദി പറഞ്ഞു
നീ മുങ്ങിപ്പോകുന്നെന്ന് ഞാൻ സ്വപ്നം കണ്ടു
നിന്നെ രക്ഷപെടുത്താൻ ഞാൻ പുഴയിൽ ചാടി
ആ രാത്രിയിൽ ഇടിമിന്നലേറ്റ് ഞങ്ങളുടെ എരുമ ചത്തു

എന്റെ കാമുകനും
പിന്നെ ഒരു രാത്രിയിൽ
അമ്മയെ ഉറക്കി ഞാൻ ഉറങ്ങാതെ കാവലിരുന്നു
ഉറക്കത്തിൽ അമ്മ
മുഷ്ടി ചുരുട്ടുകയും തുറക്കുകയും ചെയ്തുകൊണ്ടിരുന്നു
എന്തിലോ പിടിച്ചുനില്ക്കാൻ ശ്രമിക്കുന്നതു പോലെ
അത് പറ്റാതെ വീണ്ടും പിടിക്കാൻ ശ്രമിക്കും
ഞാൻ അവളെ ഉണർത്തി
എങ്കിലും സ്വപ്നം എന്തെന്ന് അമ്മ പറഞ്ഞില്ല
അന്നു മുതൽ ഞാൻ നല്ലതുപോലെ ഉറങ്ങിയിട്ടില്ല
വേറൊരു ഭാഗത്തേക്ക് ഞാൻ കിടപ്പു മാറ്റി
ഇപ്പോൾ പേക്കിനാവിനിടെ
ഞാനും എൻറെ അമ്മയും നിലവിളിക്കും
ആരെങ്കിലും ചോദിച്ചാൽ പറയും
സ്വപ്നം ഓർമ്മവരുന്നില്ലെന്ന്.

●

വാമൻ നിംബാൾക്കർ

വാമൻ നിംബാൾക്കർ (1943-2020) കവി, ചിന്തകൻ, സാഹിത്യവിമർശകൻ, പത്രപ്രവർത്തകൻ, അംബേദ്കർ ദർശനങ്ങളുടെ ശക്തനായ വക്താവ്, ജാതിപരമായ ഉച്ചനീചത്വങ്ങൾ അനുഭവിക്കേണ്ടി വരുന്ന ദളിതർ ഉൾപ്പെടെയുള്ള പിന്നോക്ക ജനതയുടെ മോചനത്തിനും അവകാശങ്ങൾക്കുംവേണ്ടി നിരന്തരം പോരാടിയ സമരനായകൻ തുടങ്ങി ബഹുമുഖ വ്യക്തിത്വങ്ങളുടെ ഉടമയായിരുന്നു. മഹാരാഷ്ട്രയിലെ വിദർഭ, മറാഠ്വാഡാ മേഖലകളിൽ അദ്ദേഹം ദളിത് കവി എന്നതോടൊപ്പം ദളിതരുടെ സാമൂഹിക പിന്നോക്കാവസ്ഥക്കെതിരെ നടത്തിയ പോരാട്ടങ്ങളുടെ മുഖ്യ സാരഥി എന്ന നിലയിലും ജനപ്രിയനായി.

ഏതാനും വർഷങ്ങൾ അദ്ദേഹം നാഗപ്പൂർ സർവകലാശാലയിൽ അംബേദ്കർ വിചാരധാര എന്ന വിഭാഗത്തിൽ അദ്ധ്യാപകനായി സേവനം അനുഷ്ഠിച്ചു. വിദർഭ, മറാഠ് വാഡാ പ്രദേശങ്ങളിൽ പല മറാഠി പ്രസിദ്ധീകരണങ്ങളും ആരംഭിക്കാൻ നേതൃത്വം നല്കുകയും പലതിലും എഡിറ്റർ എന്ന നിലയിൽ പ്രവർത്തിക്കുകയും ചെയ്തിട്ടുണ്ട്. അനവധി കാവ്യസമാഹാരങ്ങൾക്കു പുറമെ സാഹിത്യ സാമൂഹിക വിഷയങ്ങളെ കുറിച്ച് എഴുതിയ അനേകം ഗദ്യകൃതികളും അദ്ദേഹത്തിന്റെ സാഹിത്യ സംഭാവനകളായുണ്ട്.

അമ്മ

പകലിപ്പോൾ മങ്ങും,
ഇരുളിന്റെ വാഴ്ച തുടങ്ങും
ഞങ്ങളീ കൂര വാതിലിൽ...
അകത്തു വെട്ടമേ ഇല്ല...
അയൽ വീടുകളിലെ
അടുപ്പുകളിൽചുട്ടെടുക്കുന്ന ഭാക്രികൾ,
കറികൾ, കഞ്ഞി....
ഞങ്ങളുടെ മൂക്കുകളിൽ
അവയുടെ മണം വയറ്റിൽ ഇരുട്ടും...
ഞങ്ങളുടെ കണ്ണുകൾ
നിറഞ്ഞു കവിയാൻ തുടങ്ങുന്ന കിണറുകൾ...
ഇരുട്ടിനെ ക്ഷണിച്ചു കൊണ്ടൊരു
നിഴൽ, പതിയെ അത് അടുത്തു വരുന്നു
തലയിൽ താങ്ങാവുന്നതിലേറെ ഭാരം
വേച്ചു പോകുന്ന കാലുകൾ...
കറുത്തുണങ്ങിയ ഒരു ദേഹം
എന്റെ അമ്മ...! ദിവസം മുഴുവൻ കാടരിച്ച്
വിറകു തേടുകയായിരുന്നു ആ രൂപം
ഞങ്ങൾ അവരുടെ വരവും കാത്തിരിക്കും
വിൽക്കാൻ വിറകു കിട്ടാതെ അവർ മടങ്ങിയാൽ
ഞങ്ങളുടെ ഉറക്കം പിന്നെ
വിശപ്പിന്റെ മെത്തയിൽ.

ഒരു ദിവസം എന്തോ നടന്നത്രേ !
എങ്ങനെയെന്നറിയില്ല...
അമ്മ അന്നു വന്നത് കാലിലെ
കെട്ടിവെച്ച മുറിവുമായി...
ഒരു വലിയ പാമ്പ് അവരെ കടിച്ചത്രേ...!

രണ്ടു പെണ്ണുങ്ങളാണതു പറഞ്ഞത്
പത്തി നിവർത്തി ഒരു കൊത്ത് !
പിന്നെ അവൻ ഇഴഞ്ഞു നീങ്ങി...
അമ്മ നിലത്തു വീണു...
ദിവസം മുഴുവൻ നീണ്ടുനിന്ന
മന്ത്രം, ജപം, വൈദ്യർ
ദിവസം കടന്നു പോയി, അവരുടെ ജീവനും.
ഞങ്ങൾ ചങ്കു പൊട്ടി നിലവിളിച്ചു
നിലവിളി കാറ്റിലെങ്ങോ ലയിച്ചു...
ഒരു നടുക്കത്തോടെ അറിയുന്നു
അമ്മ പോയിരിക്കുന്നു..!
ഞങ്ങളെ, അവരുടെ സന്തതികളെ
അതേ കാറ്റിനെ ഏൽപ്പിച്ചിട്ട്...
ഇപ്പോഴും കണ്ണുകൾ അമ്മയെ തെരയാറുണ്ട്...
തലയിൽ വിറകു ചുമക്കുന്ന മെലിഞ്ഞുണങ്ങിയ
ഒരു പെൺരൂപം എങ്ങാനും കണ്ടാൽ
ഞാൻപോയി ആ വിറകത്രയും വാങ്ങുന്നു....

ഭാക്രി: ചോളം കൊണ്ടുള്ള ചപ്പാത്തി

ജാതി

ഒന്നും അറിയാത്ത പ്രായം
എങ്കിലും ഒന്നു ഞാൻ അറിഞ്ഞു
എന്റെ ജാതി താണതാണെന്ന്
പട്ടേൽ എന്റെ അച്ഛനെ തൊഴിച്ചിരുന്നല്ലോ
അമ്മയെ തെറിയും പറഞ്ഞിരുന്നു
അപ്പോൾ അവരിൽ ആരും
ഒന്നു തല പൊക്കി നോക്കുക പോലും
ചെയ്തിരുന്നില്ലല്ലോ
എങ്കിലും എനിക്കന്നേ ഈ "ജാതി" എന്നത്
മനസ്സിൽ വല്ലാതെ കൊണ്ടിരുന്നു
ഞാൻ സ്കൂളിലേക്കുള്ള പടികൾ കയറി
അപ്പോഴും മനസ്സിൽ പറഞ്ഞു
ജാതിയിൽ ഞാൻ താഴെയാണ്
ഞാൻ വെളിയിൽ ഇരിക്കും
മറ്റുള്ളവർ അകത്തും
പൊടുന്നനെ ചെറുമുള്ളുകൾ തറച്ചതു പോലെ
എന്റെ തൊലി വിറയ്ക്കും
കണ്ണുകൾക്ക് കണ്ണീർ അടക്കാൻ കഴിയില്ല
അവർ ഞങ്ങളെ ശകാരിക്കുമ്പോൾ
ഞങ്ങളുടെ ചുണ്ടുകൾ പുഞ്ചിരിക്കണം
എനിക്കൊന്നും മനസ്സിലാവാറില്ല.
അത് കുറെ കേട്ടു, ഇതു കുറെ പഠിച്ചു

മനുഷ്യനെ പോലെ ഞാനുമൊരു മനുഷ്യനായി
ജാതി, എങ്ങനെയാണത്? അതെന്താണ്?
കാണാൻ പറ്റുന്നില്ലല്ലോ അത്
അപ്പോൾ അത് ശരീരത്തിനകത്താണോ?!
പുക പോലെ നീന്തി നടക്കുന്ന ചോദ്യങ്ങൾ....
ആളിപ്പടരുന്ന ചിന്തകളുടെ കരിന്തിരി ...
പക്ഷെ ആ കാലത്ത്
ഞാനതറിഞ്ഞിരുന്നു
എന്റെ ജാതി താണതാണെന്ന് ....

●

ജ്യോതി ലാഞ്ജേവാർ

മറാഠിയിലെ പ്രശസ്ത ദളിത്കവിയും ആക്റ്റിവിസ്റ്റും എന്ന നിലയിൽ അറിയപ്പെടുന്ന ജ്യോതി ലാഞ്ജേവാർ (1950–2013) ദളിതാവസ്ഥ, സാമൂഹിക വ്യവസ്ഥയിലെ പുരുഷാധിപത്യം, മുതലാളിത്തം എന്നിങ്ങനെ മൂന്നു തരം പ്രതിലോമശക്തികൾക്കെതിരെ പൊരുതാൻ ദളിത് സ്ത്രീകൾക്കു കരുത്തും പ്രചോദനവും നല്കിയ കവിയാണ്. ഒരു ദളിത് സ്ത്രീയെ സംബന്ധിച്ച് ഈ മൂന്നു തരം സമരമുഖങ്ങളും അവളുടെ പരിതോവസ്ഥയുടെ യാഥാർത്ഥ്യങ്ങളാണ് എന്ന് അവരുടെ എഴുത്തും സംസാരവും നിരന്തരം ഓർമ്മിപ്പിച്ചു.

നാഗപ്പൂർ ബിൻസാനി കോളേജിൽ പ്രൊഫസറും മറാഠി വകുപ്പു മേധാവിയുമായിരുന്നു. റിട്ടയർമെന്റിനുശേഷം ഡോ. ജ്യോതി ലാഞ്ജേവാർ റിപ്പബ്ലിക്കൻ പാർട്ടി (അഠവളെ) യുടെ വനിതാ വിഭാഗത്തിന്റെ നേതൃത്വം ഏറ്റെടുത്തു.

തന്റെ കവിതകളെ മോചനപ്പോരാട്ടത്തിന്റെ ആയുധമാക്കിയ കവി എന്നതാണ് മറാഠി സാഹിത്യത്തിൽ ഡോ ലാഞ്ജേവാറിന്റെ മേൽവിലാസം. ദിശ, കൊടുങ്കാറ്റ് ഇപ്പോഴും ഉണരുന്നില്ല, പച്ചപ്പുല്ലിന്മേൽ ചുവന്ന മുദ്രാവാക്യങ്ങൾ തുടങ്ങിയവയാണ് അവരുടെ ഏറെ ശ്രദ്ധ നേടിയ കാവ്യസമാഹാരങ്ങൾ. പത്മശ്രീ ദയ പവാർ അവാർഡ്, ലോകമിത്ര അവാർഡ്, ദളിത് മിത്ര അവാർഡ് തുടങ്ങിയവയാണ് ഡോ. ജ്യോതി ലാഞ്ജേവാർ നേടിയ പുരസ്കാരങ്ങൾ.

മാതൃഭൂമിയുടെ അമ്മ

അമ്മേ,
നിന്റെ കീറിയ സാരിത്തുമ്പ്
ദേശീയ പതാകയെക്കാൾ
പ്രിയതരമാണെനിക്ക്
നെറ്റിയിലെ കുങ്കുമപ്പൊട്ടിന്
അശോകചക്രത്തിന്റെ ഛായയും...
ഉത്തുംഗ ഹിമാലയത്തേക്കാൾ
വിസ്മയമാണെനിക്ക്
നിന്റെ സ്വപ്നസാനുക്കൾ...
കഴുകന്റെ ചിറകിന്മേലാണ് നിന്റെ
ആത്മാഭിമാനത്തിന്റെ പറന്നുയരൽ
നിന്റെ കൈത്തണ്ടയിലെ പാടുകളിൽ
സ്വാതന്ത്ര്യത്തിന്റെ കുഴൽവിളി...

മുഖത്തെ ചാലുകളുടെ ആഴങ്ങളിൽ
ഈ രാഷ്ട്രഭരണഘടനയുടെ മിന്നലാട്ടം...
കണ്ണുകളിലെ നിലയില്ലാക്കയങ്ങൾ
കണ്ടെടുക്കുന്നത്
ഈ നാടിന്റെ നിയമനിർമ്മാണസഭയെ....
കാലിലെ പൊരിഞ്ഞിളകുന്ന
ചുളിവുകൾ
മുംബയിലെ സചിവാലയത്തെ...
അദ്ധ്വാനം നീരൂറ്റിയ നിന്റെ ഉടൽ

ഉതിർക്കുന്നത് നൂറ്റാണ്ടുകളിലെ
ഇല്ലായ്മകളുടെ വിയർപ്പ്...
കൈവരകളിലെ കുണ്ടുകുഴികൾ
ഒരു സാമ്രാജ്യത്തിന്റെ കൊടിയടയാളം...
നിന്റെ ദുഃഖങ്ങളുടെ ശബ്ദകോശം
മഹത്തരമായ ഇതിഹാസത്തെയാണ്
അടയാളപ്പെടുത്തുന്നത്
വരണ്ട ഒച്ചയുടെ വിഷാദഗാനങ്ങൾ
ദേശീയ ഗാനത്തേക്കാൾ ഉന്നതമാണ്...
പരുക്കൻ ചുണ്ടുകളിൽ
ഒളിച്ചിരിക്കുന്നത്
നീ സഹിച്ച എണ്ണമില്ലാത്ത മുറിവുകൾ...
എന്നിട്ടുമെന്തേ നിന്റെ വംശം ഇങ്ങിനെ
പിന്നാമ്പുറങ്ങളിലലയുന്നു...?
പൊന്മണികൾ വിളയിക്കാൻ
വിയർപ്പൊഴുക്കിയതു നീയല്ലേ?
എങ്കിലും...
ഈ നാട് നിന്നെ പട്ടിണിക്കിട്ടു...!
ഈ മാതൃഭൂമിയുടെ
മാതാവാണല്ലോ നീ
എങ്കിലും...
ഈ നാടു നിനക്കു മാത്രമെങ്ങനെ
ഇല്ലായ്മകളുടെ ഇടമായി...?

●

ഗുഹകൾ

അവരനുഭവിക്കുന്ന അക്രമങ്ങൾ
മനുഷ്യത്വത്തിനു നിരക്കാത്ത പീഡനങ്ങൾ
എന്റെ മനസ്സിന്റെ പാറയിൽ
അവ കൊത്തിവയ്ക്കുന്നത്
ഗുഹകൾ
ക്ഷീണിച്ച കാലടികളോടെയെങ്കിലും
കയറിച്ചെല്ലണം എനിക്കാ കാട്ടിലേക്ക്
മാറുന്ന കാലത്തിൽ കണ്ണു നട്ടുകൊണ്ട്
കയറും ഞാനീ കാട്ടിൽ
കണക്കുകൾ എല്ലാം ഇപ്പോൾ
മാറി മറിഞ്ഞിരിക്കുന്നല്ലോ
ഇപ്പോൾ അവിടെയും ഇവിടെയുമായി
പ്രതിഷേധം കത്തിപ്പടരുന്നുണ്ട്
ഇത്രയും കാലം ഞാൻ
തെറ്റും ശരിയുമല്ലാം കണ്ടും കേട്ടും
മിണ്ടാതെ ഇരിക്കുകയായിരുന്നല്ലോ
ഇനി ഞാൻ ഇത്
മനുഷ്യാവകാശങ്ങളുടെ ഈ തീ
ആളി കത്തിക്കും
പക്ഷെ അവിടെ വരെ
എങ്ങനെ നമ്മളൊന്നെത്തിപ്പറ്റും
ഈ നാട്, ഇതുവരെ നമുക്കിത്

മാതൃഭൂമി ആയിട്ടില്ലല്ലോ
പട്ടിക്കും പൂച്ചക്കും കിട്ടാറുള്ള
ജീവിതം പോലും
നമുക്കു തരാത്ത ഈ ഭൂമി
ഇതിനു തെളിവ് എന്തെന്നല്ലേ?
എനിക്കു സാക്ഷികളുണ്ട്
ക്ഷമിക്കാൻ കഴിയാത്ത
അക്രമങ്ങൾ, അനീതികൾ
അവയാണ് തെളിവുകൾ
ഞാൻ അവയെ സാക്ഷി നിർത്തും
എന്നിട്ട് തിരിച്ചടിക്കും ഇനി ഞാൻ
അതെ, റിബൽ ആകും ഞാൻ!
കലാപകാരി.

●

നിന്നെ ഞാൻ ഒരിക്കലും കണ്ടിട്ടില്ല

അമ്മേ
അങ്ങനെ ഞാൻ നിന്നെ
ഒരിക്കൽ പോലും കണ്ടിട്ടില്ലല്ലോ
കസവു കരയുള്ള സാരി,
കഴുത്തിൽ സ്വർണ മുത്തുമാല,
കയ്യിൽ വളകളും കാപ്പും,
കാലിൽ റബ്ബർ ചപ്പൽ

അമ്മേ
ഞാൻ കാണുമ്പോൾ നീ
പണിക്കാർക്കൊപ്പം
തിളയ്ക്കുന്ന നിലത്ത്
ചെരിപ്പില്ലാ കാലോടെ നിന്ന്
റോഡ് നന്നാക്കുന്നവൾ
നിന്റെ കുഞ്ഞ്
മുൾ മരക്കൊമ്പിൽ കെട്ടിയ
പഴന്തുണിത്തൊട്ടിലിൽ തൂങ്ങുന്നു
തിളക്കുന്ന ടാർ നിറച്ച കുട്ട
നിന്റെ തലയിൽ

അല്ലെങ്കിൽ
പിച്ച വയ്ക്കുന്ന കാലുകൾ കൊണ്ട്
അടുത്തേക്ക് ഓടിവരുന്ന

തുണിയുടുക്കാത്ത കുഞ്ഞിനെ ഉമ്മവെച്ച്
കാൽ പാദങ്ങളിൽ പഴന്തുണി ചുറ്റി
തൊഴിലുറപ്പിന്റെ അടിമപ്പണിക്ക്
മണൽച്ചാക്കുകൾ ചുമക്കുന്ന നീ

ഞാൻ നിന്നെ കണ്ടിട്ടുണ്ട്
നിന്റെ പിന്നാലെ നീണ്ട കണ്ണീർ ചങ്ങല
അതും വലിച്ചിഴച്ച്
വിശക്കുന്ന സ്വന്തം വയറിനെ
ആശ്വസിപ്പിച്ചുകൊണ്ട് മുമ്പേ നീ
പുഴക്കു കുറുകെ ബണ്ടു പണി തകർക്കുന്നു
ദാഹത്താൽ വറ്റിവരളുന്ന ചുണ്ടുമായി നീ

കണ്ടിട്ടുണ്ട് ഞാൻ നിന്നെ
കെട്ടി ഉയർത്തപ്പെട്ടുകൊണ്ടിരിക്കുന്ന
മനോഹരമായ വീടിന്റെ
ഉയരമുള്ള തട്ടിലേക്ക്
കരുതലോടെ കയറുന്ന നീ ഗർഭിണിയാണ്
കാലുകളിൽ നീർക്കെട്ട്
തലയിൽ സിമന്റ് ചുമടോ,
മണൽ ചുമടോ
മനസ്സിൽ എന്നെങ്കിലും പൊങ്ങിയേക്കാവുന്ന
സ്വന്തം നാലുമുറി വീടിന്റെ സ്വപ്നം

കണ്ടിട്ടുണ്ട് ഞാൻ നിന്നെ
വൈകുന്നേരങ്ങളിൽ
ഒത്തിരി ഇരുട്ടിക്കഴിഞ്ഞ്
സാരിയുടെ ഒഴിഞ്ഞ മൂന്നു കോണുകൾ
ചേർത്തു കെട്ടി ഉണ്ടാക്കിയ
ഭാണ്ഡം അഴിച്ച്
ഉപ്പും എണ്ണക്കുപ്പിയും എടുക്കുന്ന നീ

കൂട്ടത്തിൽ ഒരു അഞ്ചു പൈസ തുട്ട്
എന്റെ കുഞ്ഞു കൈവെള്ളയിലും
പോ, പോയി ഇഷ്ടമുള്ളത്
വാങ്ങി തിന്നോ
എന്നിട്ട് തൊട്ടിലിൽ നിന്നെടുത്ത്
മാറത്ത് അടക്കിപ്പിടിച്ച കുഞ്ഞിനോട്,
നീ പഠിച്ച് അംബേദ്കറെ പോലെയാകണം
എന്നിട്ടു വേണം മോനേ
അമ്മയുടെ കയ്യിൽ നിന്ന്
ഈ കുട്ട ഒഴിയാൻ

ഞാൻ കണ്ടിട്ടുണ്ട്
ഉണങ്ങിയ കരിമ്പിൻ കൊത്തു വാരിക്കൂട്ടി
അടുപ്പു കത്തിക്കുന്ന നിന്നെ
ഓരോരുത്തർക്കും നന്നാല് ഭാക്രികൾ
പിറ്റേന്നേക്ക് സഞ്ചിയിൽ നിനക്കായി
ഒരു ചെറു കഷണം കരുതിയിട്ട്
ബാക്കികൊണ്ട് പകുതി വയർ നിറച്ച് നീ

നിന്നെ ഞാൻ കണ്ടിട്ടുണ്ട്
നാലു വീടുകളിലെ പാത്രം കഴുകുന്നവളായി
അവിടെ നിന്ന് എച്ചിൽ കൊടുക്കുമ്പോൾ
അനേകം ചെറു ഭാണ്ഡങ്ങൾക്ക്
ഇടം നല്കിയ നിന്റെ പൂക്കളുള്ള
സാരിത്തലപ്പെടുത്തൊന്നു പുതച്ച്
വേണ്ടാ എന്ന് അന്തസ്സോടെ പറയുന്നവളായി

ഞാൻ കണ്ടിട്ടുണ്ട്
ടൗണിലെ ജങ്ഷന്റെ ഒത്ത നടുക്കു നിന്ന്
വൃത്തികെട്ട നോട്ടം നോക്കി നിന്നെ കടന്നുപോകുന്ന
ഏതവന്റെയും അമ്മയ്ക്കും പെങ്ങൾക്കും പറഞ്ഞ്
തെറി അഭിഷേകം ചെയ്യുന്നവളായി

കണ്ടിട്ടുണ്ട് ഞാൻ നിന്നെ
സാരിത്തലപ്പെടുത്തു തലയിലിട്ട്
പഴത്തിന്റെയോ പച്ചക്കറിയുടെയോ സഞ്ചിയും തൂക്കി
നീ റോഡിലൂടെ നടക്കുമ്പോൾ
നിന്നെ തട്ടി നടക്കുന്നവന്മാർക്കു നേരെ
ചെരിപ്പൂരി പൊക്കിപ്പിടിക്കുന്നവളായി

കണ്ടിട്ടുണ്ട് ഞാൻ നിന്നെ
മലയോളം ജോലി കഴിഞ്ഞ്
സന്ധ്യക്ക് വീടു തേടി മടങ്ങുന്നവളായി
നിറയെ കുടിച്ചെത്തിയവനെ
ഇരുട്ടിന്റെ കഷണങ്ങളിലേക്ക് വലിച്ചെറിയുന്നവളായി

ഞാൻ നിന്നെ കണ്ടിട്ടുണ്ട്
സാരി വലിച്ച് ഇറുകെ പുതച്ചുകൊണ്ട്
കയ്യിൽ പതിക്കുന്ന പോലീസ് ലാത്തി വക വയ്ക്കാതെ
പ്രകടനങ്ങൾക്കു മുന്നിൽ വലിഞ്ഞു നടന്നുകൊണ്ട്
പേര് മാറ്റുക നമ്മുടെ എന്ന്
ഉച്ചത്തിൽ മുദ്രാവാക്യം മുഴക്കിക്കൊണ്ട്
ഉയർത്തിപ്പിടിച്ച തലയുമായി
ജയിലിനുള്ളിലേക്ക് കയറുന്നത്

ഞാൻ നിന്നെ കണ്ടിട്ടുണ്ട്
നീ മരിച്ചത് ഭീമയ്ക്കായാണ് മോനേ
നിന്റെ ജീവിതം നീ സാർത്ഥകമാക്കി
എന്ന് പോലീസ് വെടിവയ്പിൽ
രക്തസാക്ഷിത്വം വരിച്ചു കിടക്കുന്ന
മകനോട് പറയുന്നത്
നിനക്ക് രണ്ടോ മൂന്നോ മക്കളുണ്ടായിരുന്നെങ്കിൽ
കൂടുതൽ ഭാഗ്യവതി ആയേനെ എന്ന്
നിഷേധശബ്ദത്തിൽ
പോലീസ് ഓഫീസറോട് പറയുന്നത്

ഞാൻ നിന്നെ കണ്ടിട്ടുണ്ട്
റദ്ദിക്കടലാസുകൾ
പെറുക്കി വിറ്റുണ്ടാക്കിയ
ജീവകാരുണ്യ പ്രവർത്തനത്തിനായി
നല്കാനുള്ള സംഭാവനയുമായി
മരണക്കിടക്കയിൽ അന്ത്യനിമിഷങ്ങൾ
എണ്ണി കിടക്കുന്നവളായി

ഞാൻ കണ്ടിട്ടുണ്ട് നിന്നെ
ഐകമത്യത്തോടെ
അംബേദ്കറിനു വേണ്ടി പോരാടി
അദ്ദേഹത്തിനായി സ്മാരകം പണിയുന്നവളായി
ചുണ്ടിൽ ജയ് ഭീമ മന്ത്രവുമായി
അന്ത്യ നിമിഷത്തിലേക്ക് ഇറങ്ങുന്നവളായി

കസവുകരയുള്ള
പുത്തൻ സിൽക്ക് സാരി ഉടുത്ത്
ഇല്ല, അങ്ങനെ നിന്നെ ഞാൻ
ഒരിക്കലും കണ്ടിട്ടേയില്ല

അമ്മേ, കണ്ടിട്ടുണ്ട് നിന്നെ ഞാൻ

●

മായാ എയ്ഞ്ചലോ

മായാ എയ്ഞ്ചലോ (1928-2014) നിരവധി കാവ്യസമാഹാരങ്ങളുടെ രചയിതാവായ ആഫ്രിക്കൻ അമേരിക്കൻ കവിയാണ്. കൂടാതെ ഏഴ് ആത്മകഥകൾ, മൂന്നു ലേഖന സമാഹാരങ്ങൾ അനേകം നാടകങ്ങൾ, സിനിമകളുടെയും ടെലിവിഷൻ ഷോകളുടെയും തിരക്കഥകൾ തുടങ്ങിയവയുടെ രചയിതാവും, പ്രശസ്ത മനുഷ്യാവകാശ പ്രവർത്തകയുമാണ്. അനേകം പുരസ്കാരങ്ങളും അൻപതിലേറെ ബഹുമതി ബിരുദങ്ങളും നേടിയ പ്രതിഭാ സമ്പന്നയുമാണവർ. ഇതോടൊപ്പം നടിയായും നാടകാ

വതരണങ്ങളുടെയും സിനിമകളുടെയും നിർമ്മാതാവായുമുള്ള അംഗീകാരങ്ങളും നേടിയിട്ടുണ്ട്. എങ്കിലും മായാ എയ്ഞ്ചലോ ജീവിതം തുടങ്ങിയത് ഏറെ ദയനീയമായ അവസ്ഥയിൽ നിന്നാണ് ആ കാലത്ത് ചെയ്യേണ്ടി വന്ന ജോലികളിൽ പാചകക്കാരി, നിശാക്ലബ് നർത്തകി , ലൈംഗിക തൊഴിലാളി തുടങ്ങിയവയും ഉൾപ്പെടുന്നു. തുടർന്ന് യൂണിവേഴ്സിറ്റി പ്രൊഫസർ, ജനപ്രിയ പ്രഭാഷക, പ്രസിഡന്റ് ബിൽ ക്ലിന്റന്റെ സ്ഥനാരോഹണത്തിന് കവിത ചൊല്ലിക്കൊണ്ട്, പ്രസിഡന്റ് ജോൺ കെന്നഡിയുടെ കാലത്ത് ആരാധ്യനായ കവി റോബർട്ട് ഫ്രോസ്റ്റിനുശേഷം അങ്ങനെ ഒരവസരം ലഭിച്ച ആദ്യ അമേരിക്കൻ കവി തുടങ്ങി പല സ്ഥാനങ്ങളും നേടി .

"കൂട്ടിലെ കിളി" എന്ന ശീർഷകത്തിൽ ഇവിടെ ഉൾപ്പെടുത്തിയിട്ടുള്ള "I Know Why the Caged Bird Sings" എന്ന 1969 ൽ പുറത്തുവന്ന കവിതയിലൂടെ അന്താരാഷ്ട്ര തലത്തിൽ തന്നെ ശ്രദ്ധേയയായ മായാ എയ്ഞ്ചലോ ക്രമേണ കറുത്ത വർഗക്കാരുടെയും സ്ത്രീകളുടെയും വക്താവ് എന്ന അംഗീകാരവും സ്വന്തമാക്കി. അവരുടെ നിരവധി കവിതകൾ അമേരിക്കൻ സ്കൂളുകളും യൂണിവേഴ്സിറ്റികളും സിലബസിൽ ഉൾപ്പെടുത്തിയിട്ടുണ്ട്. മായാ എയ്ഞ്ചലോയുടെ കാവ്യസമാഹാരങ്ങളെല്ലാം ബെസ്റ്റ് സെല്ലേഴ്സ് ഗണത്തിൽ പെടുന്നവയാണെങ്കിലും സാഹിത്യത്തിൽ അവയുടെ നിലവാരം അവരുടെ ഗദ്യകൃതികൾക്കു പിന്നിലാണെന്നും വായനയേക്കാൾ ആലാപനത്തിലൂടെയും അവതണത്തിലൂടെയുമാണ് അവ ആസ്വാദ്യകരമാകുന്നതെന്നുമെല്ലാം ചില നിരൂപകർ നിരീക്ഷണം നടത്തിയിട്ടുണ്ട്.

ഉയരും ഉയരും ഞാൻ

വളയും നാവുണ്ടല്ലോ
അതിനാൽ കള്ളം പറ-
ഞ്ഞെഴുതി തള്ളാമെന്നെ
നിങ്ങൾക്കു ചരിത്രത്തിൽ

ചവിട്ടി താഴ്ത്താം വെറും
അഴുക്കായെന്നെ നിങ്ങൾ-
ക്കെന്നാലും പൊങ്ങി പൊങ്ങി
വരും ഞാൻ പൊടി പോലെ

എന്റെ ഈ മയക്കത്തിൽ
അസ്വസ്ഥരാണോ നിങ്ങൾ
എന്തു പറ്റി വല്ലാതെ
മ്ലാനത കാണുന്നല്ലോ

എണ്ണ പമ്പു ചെയ്യുന്ന
കിണറുള്ളവൾ വീട്ടിൽ
എൻ നടപ്പു കാണുമ്പോൾ
അങ്ങനെ തോന്നുന്നുണ്ടോ?

കൃത്യമായ് പൊങ്ങിത്താഴും
നിലയ്ക്കാ പ്രത്യാശ പോൽ
സൂര്യചന്ദ്രന്മാരെ പോൽ
ഉയരും എന്നാലും ഞാൻ

തകർന്നു കാണാൻ നിങ്ങൾ
ആഗ്രഹിച്ചില്ലേ എന്നെ
കുനിഞ്ഞ തലയോടെ
താഴ്ത്തിയ നോട്ടത്തോടെ?

മനസ്സു തകർന്നവൾ
കരഞ്ഞു തളർന്നവൾ
കണ്ണുനീർ കണം പോലെ
തോളു താണു പോയവൾ

എന്റെ ഈ അഹങ്കാരം
വെകിളി പിടിപ്പിച്ചോ
നിങ്ങളെ, നിങ്ങൾക്കതു
സഹിക്കാനാവുന്നില്ല

എന്റെ ഈ ചിരി! വീട്ടിൻ
പിന്നിലെ മുറ്റത്തെങ്ങോ
സ്വർണത്തിൻ ഖനി കെട്ടി
കിടക്കുന്നതു പോലെ!

അലറാം നിങ്ങൾക്കെന്നോ -
ടെന്നെ നോട്ടത്താൽ വെട്ടാം
വെറുത്തുകൊല്ലാം എന്നാൽ
ഉയരും ഞാൻ കാറ്റുപോൽ

എന്റെ ഈ ലൈംഗികത!
കണ്ടിട്ടമ്പരപ്പുണ്ടോ
എന്തേ വിസ്മയമാണോ
തോന്നുന്നതീ കാഴ്ചയിൽ?

എന്റെ ഈ നൃത്തം! എന്റെ
തുടകൾക്കിടുക്കിലായ്
ഉള്ളതു വൈഡൂര്യമോ
എന്നു തോന്നിപ്പിക്കും പോലെ!

ചരിത്രം എന്ന നാണ -
ക്കേടിന്റെ കൂരയ്ക്കുള്ളിൽ
നിന്നു ഞാൻ പൊങ്ങുന്നതു
കണ്ടുകൊള്ളുക നിങ്ങൾ

ഞാനൊരു കരിങ്കടൽ
ഉയർന്നു കുതിക്കും ഞാൻ
പടർന്നു കയറും ഞാൻ
പരന്നു നിറയും ഞാൻ

ഭീഷണമാം രാത്രികൾ
ഭയം നിറഞ്ഞ രാവുകൾ
പിന്നിലാക്കും ഞാനവ
ഉദയം വിടർത്തീടും

വിസ്മയം വിടർത്തും ഞാൻ
വെളിച്ചമാം വിസ്മയം
എന്റെ പൂർവികർ തന്ന
ഈടുവയ്പതിലൂടെ

ഞാൻ അടിമ തൻ സ്വപ്നം
ഞാൻ അവന്റെ പ്രത്യാശ
ഉണർന്നു പൊങ്ങീടും ഞാൻ
ഉയരും ഉയരും ഞാൻ

●

കൂട്ടിലെ കിളി

ഇതു സ്വതന്ത്ര പക്ഷി കാറ്റിന്റെ ചുമലേറി
എവിടെയും പാറിപ്പറക്കുന്നിവൻ

പുഴയിൽ നീന്തുന്നിവൻ പുഴയൊഴുക്കിന്നൊപ്പം
അതിലെ ഒഴുക്കു നിലയ്ക്കുവോളം

ചിറകു മുക്കുന്നിവൻ സൂര്യന്റെ ഓറഞ്ചു
നിറമുള്ള വെയിലിൻ പുഴച്ചുവപ്പിൽ

ഉയരെ ആകാശമാണിവനു ലക്ഷ്യം അതിൽ
അവനവകാശമുണ്ടവിടെ എത്താൻ

ഇതു കൂട്ടിലെ കിളി കൂടിന്നഴികളാ -
ണിവനു ലോകത്തിന്നതിർത്തിരേഖ

അതിനുള്ളിൽ ഞെങ്ങി പരുങ്ങി പതുങ്ങുവോൻ
അവനിപ്പോൾ അതു നിത്യശീലമായി

ചിറകു മുറിഞ്ഞവൻ, കാൽ കെട്ടപ്പെട്ടവൻ
പകരമായ് തൊണ്ട തുറക്കുന്നവൻ

അവനത് പാട്ടല്ല സ്വാതന്ത്ര്യ കാഹളം
മോചനമന്ത്രം, സമരതന്ത്രം

വിറകൊള്ളുമൊച്ചയിൽ പാടുകയാണവൻ
അതിലുണ്ടൊരജ്ഞേയ സ്വപ്നലോകം

ഭയമുണർത്തുന്നതാണാ ഗീതം എങ്കിലും
അതിലുണ്ട് ശാന്തതയ്ക്കുള്ള ദാഹം.!

ബന്ധുരനാം പക്ഷി പാടുന്നു പാടുന്നു
മോചനദാഹത്തിൻ നൊമ്പരങ്ങൾ

പാടുന്നുറക്കെയതേറ്റു പാടുന്നതാ
അതി ദൂരെ ദൂരെയാ മാമലകൾ...!

ഇതു സ്വതന്ത്രപ്പക്ഷി മനസ്സിൽ പ്രതീക്ഷകൾ,
പുതു കാറ്റു കാത്തിരിക്കും മിടുക്കൻ

നെടുവീർപ്പിടുന്ന മരങ്ങളുടെ കാറ്റുവ -
ന്നവനെ തലോടുന്നു അതി വിലോലം

അവനിലുദിക്കുന്നു പല പുതു പുലരികൾ
വ്യാപാര നേട്ടപ്പുതുപ്പുലരി

അവനുമൊരു ചീർത്ത പുഴു അവസരങ്ങൾ തിന്നു
തിന്നു കൊഴുത്തു തടിച്ച പുഴു

പുതു ചക്രവാളങ്ങൾ പുതിയ ആകാശങ്ങൾ
ഇനിയുമീ ആകാശം എന്റെ പേരിൽ

ഇതു കൂട്ടിലെ കിളി എത്തിനിൽക്കുന്നിവൻ
സ്വപ്നമുറങ്ങും ശ്മശാനഭൂവിൽ

അലറുന്നു ചുറ്റിലും പേക്കിനാ പ്രേതങ്ങൾ
അവനിന്നു പേടിയാണെന്തുമേതും

ചിറകു മുറിഞ്ഞവൻ കാൽ കെട്ടപ്പെട്ടവൻ
തൊണ്ട തുറന്നു പാടുന്നുറക്കെ

ബന്ധുരനാം പക്ഷി പാടുന്നു പാടുന്നു
മോചനദാഹത്തിൻ നൊമ്പരങ്ങൾ

പാടുന്നുറക്കെയതേറ്റു പാടുന്നതാ
അതി ദൂരെ ദൂരെയാ മാമലകൾ...!

●

പെണ്ണെന്ന പ്രതിഭാസം

സുന്ദരികൾക്ക് അതിശയം
എന്റെ രഹസ്യം, അതെവിടെയാണു കിടക്കുന്നതെന്ന് !
ചന്തമില്ലെനിക്ക്, ഒരു ഫാഷൻ മോഡൽ
ആവാൻ പറ്റിയ അളവിലൊന്നുമല്ല എന്നെ പടച്ചത്
ഞാനിതു പറഞ്ഞു തുടങ്ങുമ്പോൾ പക്ഷെ,
അവർക്കു തോന്നുന്നത്
ഞാൻ പറയുന്നതു കള്ളമാണെന്ന്
ഞാൻ അവരോടു പറയും
നോക്കൂ, അത് എന്റെ കൈകളുടെ ചലനത്തിലാണ്
എന്റെ നിതംബത്തിന്റെ വിസ്തൃതിയിലാണ്
എന്റെ ചുവടുകളുടെ ചടുലതയിലാണ്
എന്റെ ചുണ്ടുകളുടെ വളവിലാണ്

ഞാനൊരു പെണ്ണാണ്
പ്രാതിഭാസികമായി

പെണ്ണെന്ന പ്രതിഭാസം
അതാണു ഞാൻ

നോക്കൂ, ഞാൻ ഒരു
മുറിയിലേക്കു കടന്നു ചെല്ലുന്നു.
അല്ലെങ്കിൽ ഒരു ആണിലേക്ക്
വെറുതെ, വെറും സാധാരണ പോലെ
അവിടെയുള്ളവരെല്ലാം പക്ഷെ എഴുന്നേറ്റു നിൽക്കുന്നു

അല്ലെങ്കിൽ മുട്ടുകുത്തുന്നു
എന്റെ ചുറ്റും അടിഞ്ഞുകൂടുന്നു
ശരിക്കും തേനീച്ചക്കൂട്ടം.
ഞാൻ പറയുന്നു
എന്റെ കണ്ണുകളിലെ തീയിലുണ്ടത്
എന്റെ പല്ലുകളുടെ തിളക്കത്തിലുണ്ട്
എന്റെ ഇടുപ്പിന്റെ ഇളക്കത്തിലുണ്ട്
എന്റെ കാൽപ്പാദങ്ങളുടെ ആനന്ദത്തിലുണ്ട്
ഞാനൊരു പെണ്ണാണ്
പ്രാതിഭാസികമായി

പെണ്ണെന്ന പ്രതിഭാസം
അതാണു ഞാൻ

ആണുങ്ങൾ തന്നെ
അതിശയിച്ചിട്ടുണ്ട് കേട്ടോ
അവർ എന്താണ്
എന്നിൽ കാണുന്നതെന്ന്
ഒത്തിരി ശ്രമിച്ചു നോക്കും അവർ
പക്ഷെ എന്റെ ഉള്ളിലെ ദുരൂഹതയെ തൊടാൻ
അവർക്കു കഴിയുന്നില്ല
ഞാൻ അത് അവരെ കാട്ടിക്കൊടുക്കാൻ ശ്രമിക്കും
പക്ഷെ അവർ പറയുന്നു
എന്നാലും അവർക്കത് കാണാൻ കഴിയുന്നില്ലെന്ന്
നോക്കൂ
അതെന്റെ പിൻഭാഗത്തിന്റെ
വൃത്താകൃതിയിലാണ്
എന്റെ പുഞ്ചിരിയുടെ വെയിലിലാണ്
എന്റെ മാറിടത്തിന്റെ കുതിപ്പിലാണ്
എന്റെ രീതികളുടെ ചാരുതയിലാണ്

ഞാനൊരു പെണ്ണാണ്
പ്രാതിഭാസികമായി

പെണ്ണെന്ന പ്രതിഭാസം
അതാണു ഞാൻ

ഇപ്പോൾ നിങ്ങൾക്കു മനസ്സിലായല്ലോ
എന്റെ തല കുനിയാത്തതെന്തെന്ന്
ഞാൻ അലറാറില്ല, ചാടിത്തുള്ളാറില്ല
ഉച്ചത്തിൽ പറയേണ്ടി വരാറുമില്ല
നടന്നു നീങ്ങുന്ന എന്നെ കാണുമ്പോൾ
നിങ്ങൾക്ക് അഭിമാനം തോന്നിക്കണം
നോക്കൂ
അതെന്റെ നാവ് ഞൊടിക്കലിലുണ്ട്
എന്റെ തലമുടിയുടെ മടക്കിലുണ്ട്
എന്റെ കൈവെള്ളകളിലുണ്ട്
എന്റെ പരിചരണം വേണം
എന്ന നിങ്ങളുടെ ആവശ്യത്തിലുണ്ട്
കാരണം,
ഞാനൊരു പെണ്ണാണ്
പ്രാതിഭാസികമായി

പെണ്ണെന്ന പ്രതിഭാസം
അതാണു ഞാൻ

●

നിസീം എസെക്കിയേൽ

നിസീം എസെക്കിയേൽ (1924–2004) സാഹിത്യ പഠിതാക്കൾക്കും വിമർശകർക്കുമിടയിൽ ആധുനിക ഇൻഡ്യൻ ഇംഗ്ലീഷ് കവിതയുടെ പിതാവ് എന്നാണ് അറിയപ്പെടുന്നത്. കവി, നാടകകൃത്ത്, സാഹിത്യവിമർശകൻ, കലാവിമർശകൻ, എഡിറ്റർ തുടങ്ങിയ നിലകളിൽ അദ്ദേഹം അംഗീകാരം നേടിയിട്ടുണ്ട്. 1952 ൽ പുറത്തിറങ്ങിയ "എ ടൈം റ്റു ചെയ്ഞ്ച്" എന്ന ആദ്യ കാവ്യ സമാഹാരത്തോടെ തന്നെ വിമർശക ശ്രദ്ധ നേടിയ എസെക്കിയേൽ തുടർന്ന് വിവർത്തനങ്ങൾ ഉൾപ്പെടെ പതിമൂന്ന് കാവ്യ സമാഹാരങ്ങളും, സാഹിത്യ ചരിത്രം ഉൾപ്പെടെ നിരവധി ഗദ്യ കൃതികളും, നാടകങ്ങളും, പ്രസിദ്ധീകരിച്ചു. 1983-ൽ കേന്ദ്രസാഹിത്യ അക്കാദമി അവാർഡിനും 1988-ൽ പത്മശ്രീ ബഹുമതിക്കും അർഹനായി. "ദി ടൈംസ് ഓഫ് ഇൻഡ്യ"യിൽ കലാവിമർശകൻ, ബൊംബെയിൽ ഇംഗ്ലീഷ് വകുപ്പുമേധാവിയായ കോളേജ് അദ്ധ്യാപകൻ, യൂണിവേഴ്സിറ്റി ഓഫ് ലീഡ്സ്, യൂണിവേഴ്സിറ്റി ഓഫ് പോണ്ടിച്ചേരി എന്നിവയിൽ വിസിറ്റിങ് പ്രൊഫസർ തുടങ്ങി അദ്ദേഹം സജീവമായിരുന്ന പ്രവർത്തന മേഖലകൾ നിരവധിയാണ്.

സംരംഭം

പ്രാരംഭമെല്ലാം പ്രസന്നം മനോനില
ഏറ്റം ഉദാത്തം ഉൽകൃഷ്ടം

ഭാരങ്ങളെല്ലാം ഒഴിഞ്ഞപോൽ
ഏതാണ്ട് തീർത്ഥയാത്രയ്ക്കിറങ്ങും പോൽ

യാത്ര രണ്ടാം ഘട്ടമെത്തുന്നു
അങ്ങിങ്ങ് സംശയമുള്ളു പൊന്തുന്നു

എങ്കിലും ലക്ഷ്യം ഉറപ്പു തന്നെ വെയിൽ
പൊള്ളുന്നു ഞങ്ങളുടെ ഉള്ളും

ഞങ്ങളതെല്ലാം സഹിക്കുന്നു യാത്രയിൽ
കണ്ടതെല്ലാം കുറിക്കുന്നു

ചന്തകൾ, വാങ്ങുന്ന വിൽക്കുന്ന കർഷകർ,
ആടുകൾ, പാമ്പുകൾ എല്ലാം

മൂന്നു നഗരങ്ങൾ ഏതോ മഹർഷി
പഠിപ്പിച്ചിരുന്ന ഇടങ്ങൾ

എല്ലാം നിരീക്ഷിച്ച് എല്ലാം കുറിച്ചെടു -
ത്തങ്ങനെ യാത്ര നീളുന്നു

ഒരു മരുഭൂത്തുണ്ടിലെത്തി ഞങ്ങൾ, പിന്നെ
കഥ മാറി മറിയാൻ തുടങ്ങി

തുണ്ടു കടക്കുന്നതെങ്ങനെ, തർക്കമായ്,
ഞങ്ങളിലൊരാൾ മരിക്കുന്നു

ഞങ്ങളിൽ ഏറ്റം മികച്ചവൻ നല്ലൊരു
ഗദ്യശൈലി വശമുള്ളോൻ

ഒരു നിഴൽ വീഴുന്നു ഞങ്ങൾക്കിടെ
പിന്നെ അതു നീണ്ടു വലുതായ് വരുന്നു

അതിനിടെയൊരാക്രമണം, അത് രണ്ടു പ്രാവശ്യം
വഴി തെറ്റിപ്പോകുന്നു യാത്ര

ഒരു കൂട്ടർ സ്വന്തമായ് സംഘമുണ്ടാക്കുന്നു
ഞങ്ങളെ വിട്ടകലുന്നു

നേതാവിനോടു ഞാൻ കാര്യമുണർത്തുന്നു
നേതാവ് ചതി മണക്കുന്നു

ഞങ്ങൾ തുടരുന്നു യാത്ര, പക്ഷെ കണ്ണിൽ
ഒന്നും പെടുന്നില്ല എങ്ങും

ചിന്നി ചിതറുവോർ പ്രത്യാശ വറ്റിയോർ
ലക്ഷ്യമില്ലാതെ നടപ്പോർ

ഇടിമുഴക്കത്തിന്റെ അർത്ഥമറിയാത്തവർ
അതിനെ അവഗണിക്കുന്നോർ

കഴുകുവാനായുള്ള സോപ്പു പോലും ഇല്ലാ -
തലയേണ്ടി വന്ന പാവങ്ങൾ

പലരും തകർന്നവർ, ചിലർ വീഴാറായവർ
അതി നിസ്സഹായ യാത്രക്കാർ

ഒരു വിധം ഞങ്ങൾ സ്ഥലത്തെത്തി എങ്കിലും
അറിയില്ല ഞങ്ങൾക്കു ലക്ഷ്യം

എന്തിന്നു യാത്ര തുടങ്ങി ഞങ്ങൾ ഇവി -
ടെന്തിനെത്തി അറിയില്ല!

ഒന്നറിഞ്ഞു ഞങ്ങൾ എല്ലാ മുഖങ്ങളും
മങ്ങി ഇരുണ്ടതാണിപ്പോൾ

എന്തു നേടി ഞങ്ങൾ എന്തുണ്ടപൂർവത
എന്താണിതിലെ മഹത്വം !

ഒരു സത്യം അറിയുന്നു വീടാണ് നമ്മുടെ
ചാരുത നേടേണ്ട സ്ഥാനം !

●

കവി, കമിതാവ്, പക്ഷി നിരീക്ഷകൻ

ക്ഷമയാണത്യാവശ്യം
പക്ഷിയെ നിരീക്ഷിക്കാൻ
ഇളകാതനങ്ങാതെ
കാത്തിരിക്കണം നമ്മൾ

ഇളക്കം, ഓട്ടം, ധൃതി
അരുതാ ശീലങ്ങളാ.
ണിവയെന്നറിയേണം
പക്ഷി തൻ നിരീക്ഷകൻ

പക്ഷിയെ പഠിക്കുവാൻ
മാത്രമല്ലീ ശീലങ്ങൾ
പെണ്ണിനെ പഠിക്കാനും
ഇതെല്ലാം പഠിക്കണം

കവികൾ വാക്കിന്നായി
കാത്തിരിക്കുന്നു, നല്ല
കവികൾ ഏറെക്കാലം
അതുപോലിവ രണ്ടും

പക്ഷിയെ പഠിക്കുന്നോൻ
സ്വന്തം ഇഷ്ടത്തിനല്ല
പക്ഷിതൻ ഇഷ്ടം നോക്കി
കാത്തു കാത്തിരിക്കണം

അതിന്റെ അനക്കങ്ങൾ
ചിറകിൻ ചലനങ്ങൾ
ഒടുവിൽ അവൾ, പക്ഷി
അവനെ അറിഞ്ഞിടും.......

അറിയും അവൾ, പക്ഷി
അവന്റെ സ്നേഹത്തിനെ
അറിഞ്ഞാൽ അവൾ പിന്നെ
വച്ചു താമസിപ്പിക്കില്ല

ചിറകു പൂട്ടും, നിന്നു
കൊടുക്കും, സ്വയം തന്നെ
അവനു പഠിക്കുവാൻ
അതീവ വിധേയയായ്

ഒരിക്കൽ ചേരും വാക്ക്
തേടിയെത്തിയാൽ കവി
ഉള്ളിലെ കാവ്യപ്പൊരുൾ
നേർക്കുനേർ കാണും പോലെ

പിന്നെ ആ പക്ഷി, പെണ്ണും
മന്ദമായ് ചലിക്കുമാ
ചലനം പറയാതെ
പലതും പറഞ്ഞിടും

പക്ഷിയെ നിരീക്ഷിക്കൽ
അനന്യമാക്കാൻ പോണം
ഒഴുകും പുഴയുടെ
നിശ്ശബ്ദ തീരങ്ങളിൽ

അല്ലെങ്കിൽ ഹൃദയത്തിൻ
ഇരുണ്ട ഇടങ്ങളെ
പോലെ മുൾപ്പടർപ്പുള്ള
വിദൂര തീരങ്ങളിൽ

അവിടെ കാണായേക്കാം
പക്ഷിയെ, സ്ത്രീയെ, മന്ദം
അടുക്കുന്നോളെ, തന്റെ
മനസ്സു തിരഞ്ഞോളെ

അറിഞ്ഞു തുടങ്ങുമ്പോൾ
അറിയും അവർ വെറും
അസ്ഥി മാംസങ്ങളല്ല
നിഗൂഢ വെളിച്ചങ്ങൾ

നിഗൂഢം അടിത്തട്ടിൽ
ഇരുട്ടു വഹിക്കുന്നോർ
ഈ പൊരുളറിയേണം
പക്ഷിതൻ നിരീക്ഷകൻ

പൊരുളിതറിഞ്ഞവർ
പക്ഷിയെ നിരീക്ഷിപ്പോർ
കവികൾ, കമിതാക്കൾ
മറ്റെന്തോ ആയിത്തീർന്നോർ

ഭൂമിയിൽ നടക്കാത്തോർ
ഉയരെ പറക്കുന്നോർ
ഉറക്കം കൈവിട്ടവർ
സ്വയം നഷ്ടപ്പെടുത്തിയോർ

അവർ തങ്ങൾക്കായ് ലോകം
പുതുക്കി പണിഞ്ഞവർ
ബധിരൻ കേൾക്കും ലോകം
അന്ധൻ കാണും ലോകം !

●

ഒരു സ്വാർത്ഥൻ പ്രാർത്ഥിക്കുന്നു

ദൈവമേ തൊഴിക്കേണം
എന്നെ നീ കുറെ കൂടി
അല്ലാതെ എനിക്കിനി
നന്നാവാൻ വഴിയില്ല

ലളിതം നിൻ സത്യങ്ങൾ
ഇന്നെന്നെ പഠിപ്പക്കാൻ
ഇനി നിൻ തൊഴിക്കല്ലാ -
തൊന്നിനും കഴിയില്ല

എത്ര തിന്മകളുണ്ടാ -
യിരുന്നോ എനിക്കെന്നും
അത്രതന്നിപ്പോഴുമു
ണ്ടൊന്നുമേ കുറയാതെ

മുൻപൊരിക്കലുമെന്നിൽ
ഇല്ലാത്തതാമെന്തെല്ലാം
നന്മകളുണ്ടോ അവ -
യൊന്നുമില്ലെനിക്കിന്നും

മർത്ത്യ നിർമ്മാതാവാം നീ -
യല്ലാതെ മറ്റാരെന്നെ
മർത്ത്യ ജീവിത ശൈലി
ഇതിൽ നിന്നുയർത്തീടും?

ദൈവമേ ഇതു നിന്റെ
കർത്തവ്യം ഇതു ചെയ്ക
എന്നെ നീ തൊഴിച്ചാലും
തൊഴിച്ചു തുണച്ചാലും

അല്ലല്ല, കർമ്മത്തിന്റെ
ഫലമല്ലെന്നുദ്ദേശം
ദൈവമേ ഇല്ലേയില്ല
ഫലത്തിൽ എനിക്കിച്ഛ

എങ്കിലും ചോദിക്കട്ടെ
എന്തു തോന്നിടും നിന-
ക്കൊന്നു ഞാൻ കടിച്ചാലാ
പഴത്തിന്നറ്റത്തെങ്ങാൻ!

എന്തൊരു രുചിയാണാ
പഴത്തിനെന്നോ അതാ -
ണെന്നിലീ ആശ, പിന്നെ
വിശപ്പും കുറവല്ല

എന്റെ ദൈവമേ എന്നെ -
ക്കൂടി നീ വളർത്തേണം
ഉന്നതാദായം പറ്റും
ഒട്ടകങ്ങളിലൊന്നായ്

എത്ര നിഷ്പ്രയാസമീ
ഒട്ടക കുമാരന്മാർ
തയ്പ്പു സൂചിതൻ കുഴ
കടന്നു പോകുന്നെന്നോ !

അറിയാം ജ്ഞാനത്തിന്റെ
വില ഉന്നതം എന്നാൽ
ഇവിടെ വിഡ്ഢിത്തത്തിൻ
ചെലവും ചെറുതല്ല

ദൈവമേ നിനക്കെന്നോ
ടിതിന്റെ വില പേശാം
ജീവിതസൗകര്യങ്ങൾ
കഷ്ടിയാണെനിക്കോർക്ക

ദൈവമേ അറിയുന്നു
നീ ദയാപരൻ പക്ഷേ
അറിഞ്ഞിട്ടെന്തേ കാര്യം
ഞാനും അന്യരെ പോലെ

ഞാനൊരു തൊട്ടാവാടി
ഞാൻ എന്നെ വിൽക്കുന്നവൻ
ഇങ്ങനെ കഴിഞ്ഞു പോ -
കുന്നു ഞാൻ അവരെപ്പോൽ

എങ്കിലും ഇതൊക്കെയാ -
ണെങ്കിലും ഓർക്കാറുണ്ട്
ദൈവമേ നിന്നെ, നിന്റെ
ദയയെ, കാരുണ്യത്തെ

ഒത്തിരി തിരിമറി
നടന്നിട്ടുണ്ടല്ലോ നിൻ
സത്യങ്ങൾക്കവൾക്കില്ല
പുതുമ എന്നാലും നീ

അവളെ, നിൻ സത്യത്തെ
എനിക്കായ് പുതുക്കണം
എനിക്കായ് തുറക്കണം
അവൾ തൻ കവാടങ്ങൾ

ആദ്യാനുഭവത്തിന്റെ
സങ്കോചത്തോടെ, എന്നാൽ
ആദ്യമായ് അതു നട -
ക്കുന്നെന്ന ഹർഷത്തോടെ

അരുതേ അയയ്ക്കല്ലേ
എന്നെ നിന്നുദ്ദേശങ്ങൾ
നിറവേറ്റുവാൻ എനി -
യ്ക്കെന്റെ ജോലികളില്ലേ

അതു ചെയ്യുവാൻ പ്രാപ്തൻ
തന്നെ ഞാൻ, എന്നാലതി -
ന്നിവിടുണ്ടല്ലോ വെറെ
സന്നദ്ധ ഭടരേറെ

അവരുള്ളപ്പോൾ പിന്നെ
ദൈവമേ നീ എന്തിന്നായ്
വെറുതെ അയയ്ക്കണം
സ്വാർത്ഥനാം എന്നെ തന്നെ ?

പിന്നെ നീ നിർബ്ബന്ധിച്ചാൽ
നിന്നിച്ഛ നിറവേറ്റാം
ഒന്നുണ്ട്, നിന്നിച്ഛകൾ
എന്റേതുമായീടണം.

നീ അനേകരൂപിയാ -
ണെന്നാകിൽ അതും നന്ന്
എന്റെ കർമ്മ മണ്ഡലത്തിന്റെ
ദേവനായ് പൂജിച്ചേക്കാം

യൂണിവേഴ്സിറ്റിക്കൊരു
ദേവനുണ്ടെങ്കിൽ ശരി,
അങ്ങനെ, ആ രൂപത്തിൽ
നിന്നെ ഞാൻ ആരാധിക്കാം

പ്രാർത്ഥിക്കാം ദേവാ പരി-
ഷ്ക്കാരങ്ങൾ വരുത്തണേ
വരുത്തുന്നവയെല്ലാം
എന്നിഷ്ടമായീടണേ

ഏതു വേഷധാരിയാം
ദേവനാക്കണം നിന്നെ
യൂണിവേഴ്സിറ്റിയുടെ
മേലങ്കിയണിയിക്കാം

പ്രാർത്ഥിക്കാം നിന്നെ യൂണി -
വേഴ്സിറ്റികൾക്കായുള്ളോ -
രീശ്വരാ വൈസ് ചാൻസ്ലറെ
പോലെ നീ തുടങ്ങല്ലേ

അധികം പ്രസംഗങ്ങൾ
കൂടാതെ വരുത്തണേ
ഇവിടെ വരുത്തേണ്ടും
മാറ്റങ്ങൾ ഓർക്കേണമേ

സിദ്ധാന്തങ്ങളിൽ നിന്നും
പ്രവൃത്തികളിലേക്ക്
മിഥ്യാ ബോധത്തിൽ നിന്നും
യാഥാർത്ഥ്യങ്ങളിലേക്ക്

വിഡ്ഢിത്തങ്ങളിൽ നിന്നും
അറിവുകളിലേക്ക്
ഇങ്ങനെ തന്നെയല്ലോ
എന്റെ യാത്രയും, പക്ഷെ

സിദ്ധാന്തം, മിഥ്യാബോധം
വിഡ്ഢിത്തം എന്നിങ്ങനെ
അവയിൽ തന്നെ എന്തേ
മടങ്ങിയെത്തുന്നു ഞാൻ?

എന്റെ രീതി ഇങ്ങനെ,
ദൈവമേ പൊറുത്താലും
എനിക്കു പാടേണ്ടതു-
ണ്ടെന്നനുഭവ ഗീതി

ഇതിൽ നിന്നെനിക്കെന്നെ
മുക്തനാക്കണം എന്നാൽ
അതിനു തയാറായി -
ട്ടില്ല ഞാനിന്നേവരെ

നിന്നിച്ഛ പരിപൂർണ്ണം
അതിന്റെ തൃപ്തിക്കായി -
ട്ടല്ല ദൈവമേ എന്നെ
പടച്ചതീ രൂപത്തിൽ

അല്ലതു മറിച്ചായി -
രുന്നെങ്കിൽ ഞാനെങ്ങനെ
നിന്റെയീ ദയാവായ്പിൻ
വിസ്മയം നുകർന്നേനെ !

നിന്റെ സത്യധർമ്മങ്ങൾ
അറിവായ് വിളമ്പേണം
ദൈവമേ വേണ്ടത്രയും
പിന്നെ അല്പവും കൂടി

അറിവാം അപ്പത്തിന്റെ
കഷണം ഒന്നോ രണ്ടോ
അധികം ചോദിച്ചു ഞാൻ
അതെന്റെ ദുരാഗ്രഹം

അറിയാമല്ലോ നിന
ക്കെന്നെ ഞാൻ കൊതിയനാ -
ണതു നീ മറക്കണം
ഞാനൊരാഹാര പ്രിയൻ

എന്റെ മക്കളുമെന്റെ
മിഥ്യകൾ പകർത്തണം
എന്നിട്ടെൻ പ്രതിച്ഛായ
അവരിൽ വളരണം

ദൈവമേ ഇതാണെന്റെ
രഹസ്യ മോഹം ഇതിൽ-
നിന്നു നീ കാക്കേണമേ
അവരെ എല്ലായ്പ്പോഴും

എൻ മക്കൾ അവരുടെ
ഗീതം ആലപിക്കട്ടെ
എൻ രുചിക്കപസ്വര -
മായേക്കാം അതെങ്കിലും

ഉൽക്കട വികാരങ്ങൾ
പുത്തനാം ആവിഷ്കാരം
അറിയാമല്ലോ നിന
ക്കിതു നൂതന ശൈലി

ഇവ തേടുവാൻ നേടാ -
നായി ഞാൻ പരതവേ
ഇവയെക്കുറിച്ചു ഞാൻ
വാചകമടിക്കവേ

ഹൃദയം വായിക്കുവാൻ
ഞാൻ പഠിച്ചിട്ടില്ലെന്ന
വിവരം നീ വന്നെന്നെ
ഒന്നോർമ്മപ്പെടുത്തണേ

അജ്ഞാത നാമാവാക്കൂ
എന്നെ നീ, ഊതിക്കെടു -
ത്തെൻ മനം, എന്നെ തട്ടി -
യുണർത്തൂ, ചലിപ്പിക്കൂ

എന്നിലെ വൈരുദ്ധ്യങ്ങൾ
എൻ വിരോധാഭാസങ്ങൾ
അവയെ അതിജീവി-
ച്ചെനിക്കു മുന്നേറണം

നയിക്ക നീ ദൈവമേ
കർമ്മത്തിലേക്കായെന്നെ
കർമ്മങ്ങൾ അവ സ്വന്തം
പേര് സമ്പാദിക്കട്ടെ

നഗ്നനാക്കുക എന്നെ
ദൈവമേ എൻ ബോധത്തിൻ
പഴകി ജീർണ്ണിച്ചൊരീ
കുപ്പായമിതിൽ നിന്നും

പറ്റുമെങ്കിൽ നീയെന്നെ
അകറ്റി നിർത്തീടുക
സമയ രേഖാങ്കിത -
മായതൊക്കെയിൽ നിന്നും

എന്നിലെ വിഡ്ഢിത്തങ്ങൾ
നേടട്ടെ നവോന്മേഷം
ഉണർന്നു വിടരട്ടെ
അവ പൂക്കളെ പോലെ

അടുത്തു നിൽക്കുന്നവർ-
ക്കാദരം കൊടുക്കുക
വാത്സല്യം പരിചിത -
മായവയ്ക്കു നൽകുക

ഇവ ഞാൻ പഠിക്കുവാൻ
വൈകിയ പാഠങ്ങളാ
ണെങ്കിലും പഠിച്ചല്ലോ
അധികം വൈകീടാതെ

ഇനിമേൽ ഇവയൊന്നും
കൈവിടാതിരിക്കട്ടെ
ദൈവമേ നിലനിർത്തൂ
എന്നുള്ളിൽ ഇവ എന്നും

കവിയാക്കുക ഒറ്റ
കവിതയതാലല്ല
പുതിയ മനുഷ്യന്റെ
നവ ഭാവുകത്വത്താൽ

ദൈവമേ ഇതു വെറും
സ്വപ്നമല്ലെങ്കിൽ വരൂ
ഇന്നിതാ സമയമായ്
വചനം എനിക്കേകൂ

കണ്ടുകെട്ടിക്കൊള്ളുക
എന്റെ ഈ പാസ്പോർട്ടു നീ
ഇല്ലിനി വിദേശത്തു
പോകുവാൻ എനിക്കിച്ഛ

ഇവിടെ ഈ മണ്ണിലാ
ണെന്റെ ജീവിതം, ഇതിൽ
തന്നെ ഞാൻ കണ്ടെത്തട്ടെ
എനിക്കു പാടാൻ ഗീതം

കഠിനാധ്വാനം ചെയ്യാൻ
അശക്തൻ ഞാൻ ദൈവമേ
അതു നീ വീതിക്കുക
മറ്റുള്ളവർക്കായി

ഇതിലെന്താലോചിക്കാൻ
മാനവരല്ലേ ഞങ്ങൾ
അറിയാം നിനക്കിവി -
ടെല്ലാരും സഹോദരർ!

●

രണ്ടു പെണ്ണുങ്ങൾ

ഒന്നാം പെണ്ണ്

മഴയത്തു വന്ന നിൻ
മാറും നിതംബവും
നനവാർന്ന ചേലയോടൊട്ടി
ഒരു മുത്തമേകി
നിന്നധരത്തിൽ പിന്നെ നീ
മഴവെള്ളവും തോർത്തി നിൽക്കെ
അരയിഞ്ചു പോലും
മറഞ്ഞില്ല നിൻ മേനി
അതു പക്ഷെ നീ അറിഞ്ഞില്ല ..!

രണ്ടാം പെണ്ണ്

അരുതെന്നു ചൊല്ലുവാ -
നായാറു കാരണം
വിവരിച്ചെനിക്കവൾ തന്നു
ഒടുവിൽ ആ കാരണവും
ഉടുതുണിയും ഒരുപോലെ
അവളൂരി ദൂരെ എറിഞ്ഞു
അതു നോക്കി നിൽക്കവെ
ഞാൻ സ്വയം ചോദിച്ചു
ഇതിനിപ്പോൾ കാരണമെന്തോ ...?!

അരുൺ കൊലാട്കർ

അരുൺ കൊലാട്കർ (1932-2004) മഹാരാഷ്ട്രയിൽ കോലാപ്പൂരിൽ ജനിച്ചു. ഇൻഡ്യൻ ഇംഗ്ലീഷിലെയും മറാഠിയിലെയും കവിയായ അദ്ദേഹത്തിന് കബീർ ദാസിനു ശേഷം ന്യൂയോർക്ക് റിവ്യൂവിന്റെ ലോക ക്ലാസിക്കുകളുടെ നിരൂപണങ്ങളിൽ ഇടം നേടിയ ഏക ഇൻഡ്യൻ കവി എന്ന സ്ഥാനമുണ്ട് .

നിത്യജീവിതത്തിലെ നർമ്മങ്ങൾക്ക് കവിതയിൽ ഇടം കണ്ടെത്തിയ പോസ്റ്റ് മോഡേൺ കവി, സ്വാതന്ത്ര്യാനന്തര ഇൻഡ്യയിൽ മാതൃഭാഷയായ മറാഠിക്കൊപ്പം ഇംഗ്ലീഷ് എന്ന അന്താരാഷ്ട്ര ഭാഷയുടെ കൂടി കാവ്യഭാഷാ ശൈലിയെയും ,ഭാവുകത്വത്തെയും തന്റെ ദ്വിഭാഷാ രചനകളിൽ സമന്വയിപ്പിച്ച കവി എന്നെല്ലാമുള്ള നിലയിലാണ് സാഹിത്യത്തിൽ അദ്ദേഹത്തിന്റെ സ്ഥാനം അടയാളപ്പെടുത്തിയിട്ടുള്ളത്. ജെജുരി എന്ന ആദ്യ കാവ്യസമാഹാരം തന്നെ 1977 ലെ പൊയട്രി പ്രൈസിന് അർഹമായി. മറാഠിയിലും ഇൻഡ്യൻ ഇംഗ്ലീഷിലുമായി നിരവധി കാവ്യരചനകൾ നടത്തിയിട്ടുള്ള അദ്ദേഹം മറാഠ് വാഡാ സാഹിത്യ പരിഷത്തിന്റെ 1995 ലെ കുസുമാഗ്രജ് പുരസ്കാരം 1995 ലെ ബഹിനാബായ് പുരസ്കാരം തുടങ്ങി പല പുരസ്കാരങ്ങളും നേടിയിട്ടുണ്ട്.

ഒരു വൃദ്ധ

ഒരു വൃദ്ധ നിങ്ങളുടെ ഷർട്ടിന്റെ
കയ്യിൽ പിടിച്ചു വലിക്കുന്നു

അവർക്കൊരു അൻപത് പൈസത്തുട്ടു വേണം
നിങ്ങളെ അവർ കുതിരലാട
ക്ഷേത്രത്തിൽ കൊണ്ടുപോകാം എന്നു പറയുന്നു

നിങ്ങൾ അത് നേരത്തെ കണ്ടിട്ടുള്ളതാണ്
എങ്കിലും അവർ നിങ്ങളെ വിടുന്നില്ല
നിങ്ങളുടെ ഷർട്ടിന്റെ കയ്യിലെ പിടി മുറുക്കുന്നു
നിങ്ങളെയും കൊണ്ട് ആ വഴിക്ക് വേച്ചു നടക്കുന്നു

അവർ നിങ്ങളെ വിടില്ല
അറിയാമല്ലോ സ്ത്രീകൾക്ക് പ്രായമായാൽ
തോടുപോലെ നിങ്ങളോട് ഒട്ടും

നിങ്ങൾ തിരിയുന്നു
നിശ്ചയിച്ചുറച്ച ഭാവത്തോടെ
അവരെ നേരിടുന്നു
ഈ തമാശ നിർത്തിയേ തീരൂ

അപ്പോഴാണ് അത് നിങ്ങൾ കേൾക്കുന്നത്
ഇതുപോലൊരു ദാരിദ്ര്യം പിടിച്ച മൊട്ടക്കുന്നിൽ
ഒരു വൃദ്ധ മറ്റെന്ത് ചെയ്യണം.. ?

നിങ്ങൾ അവരുടെ വെടിയേറ്റതു പോലെ
കുഴിഞ്ഞ കണ്ണുകളെ ഒഴിവാക്കി
നേരെ ആകാശത്തേക്ക് നോക്കുന്നു

അങ്ങനെ നോക്കവെ
അവരുടെ കണ്ണുകൾക്കു ചുറ്റിനും നിന്ന്
തുടങ്ങിയ വിള്ളലുകൾ
പരക്കാൻ തുടങ്ങുന്നു

കുന്നുകൾ വിള്ളുന്നു
അമ്പലങ്ങൾ വിള്ളുന്നു
പ്ലേറ്റും ഗ്ലാസും പോലെ കലമ്പിക്കൊണ്ട്

കലമ്പലിൽ കുലുങ്ങാതെ
ഒറ്റയ്ക്കു നില്ക്കുന്ന വൃദ്ധയ്ക്കു ചുറ്റും
ആകാശം അടർന്നു വീഴുന്നു

അവരുടെ കയ്യിലെ
നിരവധി ചില്ലറ തുട്ടുകളോളം
നിസ്സാരനായി നിങ്ങൾ

●

നാശത്തിന്റെ ഹൃദയം

മാരുതിയുടെ തലയിൽ
വന്നു വീഴുന്ന മേൽക്കൂര
ആരും ഗൗനിച്ചതായി തോന്നുന്നില്ല
മാരുതി തീരെയില്ല
ഒരു പക്ഷെ ഈ നിലയിലെത്തിയ
അമ്പലമാവാം അവിടുത്തെ ഇഷ്ടം

അവിടെ
ആ നാശനഷ്ടങ്ങൾക്കു നടുവിൽ
തനിക്കും മക്കൾക്കും പാർക്കാൻ
ഒരു പെൺപട്ടി ഇടം കണ്ടെത്തുന്നു
ആ പെൺപട്ടിക്കും
ഈ നിലയിലെത്തിയ
അമ്പലമാവാം ഇഷ്ടം

അകലെ മുറി വാതിലിലെ
ഓടുകൾ പൊട്ടിയ
നിലത്തിനപ്പുറത്തു നിന്ന്
പട്ടി നിങ്ങളെ നോക്കുന്നത്
കരുതലോടെ

അവളുടെ പുറത്തേക്ക്
ചാവാലി പട്ടിക്കുട്ടികൾ

മറിഞ്ഞു വീഴുന്നു
അവർക്കും ഈ നിലയിലെത്തിയ
അമ്പലത്തെയാവാം ഇഷ്ടം

ആ കറുത്ത ചെവിയൻ പട്ടിക്കുട്ടി
കുറെ ദുരെ മാറി പോയി
അതിന്റെ കാൽക്കീഴിൽനിന്ന്
ഒരു ഓടിന്റെ ശബ്ദം

അത്രയും ശബ്ദം മതി
ചാണക വണ്ടിന് പേടിച്ചോടി
മേൽക്കൂരയുടെ ഭാരമേറിയ
ഉത്തരത്തിനടിയിൽപെട്ട്
പുറത്തു കടക്കാൻ
ഒരു സാദ്ധ്യതയുമില്ലാതെ
ഞെരുങ്ങിക്കിടക്കുന്ന
കാണിയ്ക്കപ്പെട്ടിയ്ക്കടിയിലെ
സുരക്ഷിതത്വത്തിൽ
കയറി ഒളിയ്ക്കാൻ

ഇനി ഇവിടം ആരാധനാ സ്ഥലമല്ല
ഇപ്പോൾ ഇത് ദേവാലയമാണ്
ദൈവത്തിന്റെ വീട്
അതിൽ കുറഞ്ഞതൊന്നുമല്ല

www.ingramcontent.com/pod-product-compliance
Lightning Source LLC
LaVergne TN
LVHW040828051026
849519LV00007BA/2786